கண்ணம்மா கவிதைகள்
பாதாளக்கொலுசு
யுகபாரதி

நேர்நிரை

விலை: ரூ. 200
ISBN : 9789789788194

பாதாளக்கொலுசு

கவிதைகள் © யுகபாரதி * முதல் பதிப்பு: ஜூன் 2020 முதல் பதிப்பு : ஆகஸ்ட் 2019 * ஐந்தாம் பதிப்பு : 2025 * பக்கங்கள்: 200 * வெளியீடு : நேர்நிரை, 181, இரண்டாம் தளம், சி.வி. இராமன் தெரு, இராமகிருஷ்ணா நகர், ஆழ்வார்திருநகர், சென்னை - 600087. அலைபேசி : 98411 57958 * வடிவமைப்பு: தமிழ்அலை. ஓவியங்கள்: இராமன், முன்னட்டை: மதன்

PAATHALAKOLUSU

* Poems * © yugabharathi * First Edition: august 2019 * Fifth Edition : 2025 * Pages: 200 * Published by : **Nehrnirai**, 181, Second Floor, C.V.Raman Street, Ramakrishna Nagar, Alwarthirunagar, Chennai - 87. * yugabhaarathi@gmail.com * Designs : Tamil Alai, Chennai. * cover art : MADHAN * illustration drawings : RAMAN * Cell: 9841157958

யுகபாரதி

யுகபாரதி, தஞ்சாவூரைப் பூர்வீகமாகக் கொண்டவர். கணையாழி, படித்துறை ஆகிய இதழ்களின் ஆசிரியர் குழுவில் ஆறு ஆண்டுகளுக்கு மேல் இலக்கியப் பங்களிப்பு செய்தவர். தொடர்ந்து இரண்டு முறை சிறந்த கவிதை நூலுக்கான தமிழக அரசின் விருதைப் பெற்றவர்.

இதுவரை எட்டுக் கவிதைத் தொகுப்புகளும், பதினான்கு கட்டுரைத் தொகுப்புகளும் தன்வரலாற்று நூல் ஒன்றும் எழுதியுள்ளார். இந்நூல், இவருடைய ஒன்பதாவது கவிதைத் தொகுப்பு. பெருந்திரளான வாசகர்களைப் பெற்றுள்ள இவர், தொண்ணூறுகளில் எழுத்துலகிற்கு அறிமுகமானவர். வெகுசனத் தளத்திலும், தீவிர இலக்கியத் தளத்திலும் ஒருசேர இயங்கிவரும் இவருடைய திரை உரையாடல்கள் குறிப்பிட்டுச் சொல்லத்தக்க கவனத்தைப் பெற்று வருகின்றன.

திரைமொழியையும் மக்கள் மொழியையும் நன்கு உணர்ந்த இவர், ஏறக்குறைய இரண்டாயிரம் திரைப் பாடல்களுக்குமேல் எழுதியிருக்கிறார். இவரே இன்றைய தமிழ்ச் சினிமாவின் முன்னணிப் பாடலாசிரியர்.

மனத்தைத் துழாவிய கொலுசுகள்

கிணற்றில் விழுந்த பொருட்களைத் துழாவி எடுக்கும் கருவிக்குப் பாதாளக் கொலுசு என்று பெயர். அதையே இந்நூலுக்குத் தலைப்பாக வைத்திருக்கிறேன். சில ஊர்களில் 'பாதாளக் கரண்டி' என்பர். இந்நூலிலுள்ள கவிதைகளை என் இதயத்தின் உள்ளிருந்த காதலைத் துழாவி எடுத்ததாக அர்த்தமில்லை. சொல்லின் அழகை உத்தேசித்துப் பயன்படுத்தியிருக்கிறேன். 'எல்லாச் சொல்லும் பொருள் குறித்தனவே' எனத் தொல்காப்பியம் சொல்கிறது. ஆனாலும், அச்சொற்களுக்கு விசேஷப் பொருள்கள் தாமாக வந்துவிடுவதில்லை.

எங்கு ஒரு சொல் பயன்படுத்தப்படுகிறதோ ஒருசொல் யாரால் பயன்பாட்டுக்கு வருகிறதோ அவரே அச்சொல்லுக்கான முழு அர்த்தத்தையும் ஏற்படுத்துகிறார். சொல்லக்கூடிய இடத்தைப் பொறுத்தும், சொல்பவரின் மனநிலையைப் பொறுத்தும் ஒரு சொல், வெவ்வேறு அர்த்தங்களை அளிக்கிறது. பாரதியின் கண்ணம்மா அத்தகைய சொற்களில் ஒன்று. கண்ணம்மாவைச் சில ஆய்வாளர்கள், பாரதியின் மனைவியென்றும்,

மகளென்றும் சொல்கின்றனர். என்றாலும், அக்கவிதைகளின் ஊடே பாரதி தீட்டியிருக்கும் சித்திரமோ அவர்கள் இருவரையும் காட்டுவதில்லை. அவர்களின் உருவத்துடனும் குணத்துடனும் ஓரளவுக்கே பொருந்துகின்றன. மோனப்பெருவெளியின் சஞ்சாரத்தில் அவனுக்கு உதித்த கண்ணம்மா எனும் சொல், காதலையும் பக்தியையும் இன்னபிற உயர்ந்த விஷயங்களையும் பற்றியிருக்கிறது.

வெறுமனே கண்ணம்மாவை ஒரு பெண்ணின் பெயராகவோ குறியீடாகவோ கருதுவதில் பயனில்லை. ஏனெனில், ஒரு சொல்லைப் புதுவிதமான வடிவத்திலும் பாவத்திலும் பயன்படுத்தும் ஆற்றல் அவனுடையது. 'சுட்டும்விழிச் சுடர்தான் கண்ணம்மா/ சூரிய சந்திரரோ' என எடுத்த எடுப்பிலேயே ஆகாயத்திற்குக் கண்ணம்மாவை ஒப்பிடும் அவனுடைய எழுத்துக்களில் கரைவதும் நிறைவதும் தனி அனுபவம்.

என்னுடைய பதின்ம வயதில் இரண்டு குழப்பங்களுக்கு நான் ஆட்பட்டிருக்கிறேன். பாரதிமூலம் கண்ணம்மாவைப் பார்ப்பதா, இல்லை கண்ணம்மாமூலம் பாரதியைப் பார்ப்பதா என்கிற குழப்பங்களே அவை. உண்மையில், அக்குழப்பங்கள் இன்றுவரை தீரவில்லை.

பதின்ம வயதில் பாரதியைப் படித்தபோது பாரதி காட்டிய கண்ணம்மா பிடித்திருந்தாள். தற்போதோ, கண்ணம்மா காட்டிய பாரதி பிடித்திருக்கிறான். இரண்டு நிலைகளிலும் பாரதியும் கண்ணம்மாவும் என்னைத் தங்கள் இடுப்பிலிருந்து இறக்கிவிட எண்ணவில்லை. எதைச் சிந்தித்தாலும் பாரதியும் கண்ணம்மாவும் என் கண்முன்னே வந்து நின்றுவிடுகிறார்கள். சகுனம் பார்க்கும் வழக்கமில்லையெனினும், அவர்கள் தந்தனுப்பும் தைரியங்களையும் சௌந்தர்யங்களையும் தாண்டிச் செல்ல முடியாதவனாகவே நானிருக்கிறேன். நோய்மை கொண்ட மனநிலையில் அவர்கள் இருவரையும் நினைத்துக்கொண்டால் உற்சாகமும் உத்வேகமும்

பீறிடுகிறது. கண்ணம்மாமீது அவன் கொண்டிருந்த காதலில் ஒரு கைப்பிடியேனும் அள்ளிவிடும் ஆசையில்தான் இக்கவிதைகளை எழுதியிருக்கிறேன்.

நடைமுறை சாத்தியங்களுக்கு அப்பாற்பட்ட எண்ணங்களும் ஏக்கங்களுமே மனிதகுலத்தை இலக்கியத்தை நோக்கி நகர்த்தியிருக்கிறது. அந்தத் தொடர்ச்சியைப் பாரதி கண்டடைந்து நமக்கும் கடத்தியிருக்கிறான். அவனுடைய கண்ணம்மாவும் என்னுடைய கண்ணம்மாவும் ஒன்றல்லர். ஆனால், இரண்டுபேருக்கும் இடையே ஓர் ஒற்றுமையுண்டு. அந்த ஒற்றுமை என்னவெனில், அவனும் என்னைப்போலவே கண்ணம்மாவை வெளிப்படையாகக் காட்டத் தயங்கியிருக்கிறான். காதல், பக்தி, காமம் எனச் சகல ஊகங்களுக்கும் வழிவகுத்து, ஏதோ ஒன்றிலிருந்து தப்பித்துக்கொள்ளவும் உதவியிருக்கிறான்.

இந்நூல் முழுவதுமே கண்ணம்மாவை முன்வைத்து எழுதப்பட்டிருக்கிறது. யார் அந்தக் கண்ணம்மா என்கிற கேள்வியைத் தவிர்த்து, அந்தக் கண்ணம்மா எனக்குள் மீட்டிய, தீட்டிய அனுபவங்களை இரசிக்கும்படி கேட்டுக்கொள்கிறேன்.

என் கண்ணம்மாவை உங்களுக்குச் சொல்லக் கூடாது என்பதில்லை. விஷயம் என்னவென்றால், எனக்கே இனிமேல்தான் அவள் தென்படப் போகிறாள். 'றெக்கை' திரைப்படத்தில் இடம்பெற்ற 'கண்ணம்மா கண்ணம்மா அழகுப் பூஞ்சிலை' என்னும் பாடலை எழுதும்போதுகூட, இதே மனநிலைதான் எனக்கிருந்தது. அப்பாடலைக் கேட்டவர்கள், அதில்வரும் கண்ணம்மாவை என் மகள், மனைவி, காதலி எனத் தங்கள் வசதிக்கேற்ப எண்ணிக்கொண்டனர். சிலர் நேரடியாகக் கேட்கவும் செய்தனர். அதிலிருந்தே கண்ணம்மாவை முன்வைத்து சில கவிதைகளை எழுதும் ஆவல் ஏற்பட்டது. பதில் இல்லாத கேள்விகளுக்கு வித்திட்ட கண்ணம்மாவிடம் நாமுமே சில கேள்விகளை எழுப்பலாமே எனத்

தோன்றிற்று. அதன் விளைவாகவே இந்நூல் முழுவதும் கண்ணம்மா வந்திருக்கிறாள். அத்துடன், சொல்முறையில் எனக்குத் தேவையானவிதங்களில் கண்ணம்மா தம்மைத் தகவமைத்துக் கொண்டிருக்கிறாள். ஒரே வாசிப்பில் முழுக் கவிதைகளையும் வாசித்துவிடலாம். இதுவரை நான் என்னுடைய கவிதைகளில் பேசாத பொருள்களை இக்கவிதைகளில் பேசியிருக்கிறேன்.

சொற்களுக்கான அர்த்தங்களை மாற்றியும் ஏற்றியும் குறித்திருக்கிறேன். தேக்கமில்லாத ஆற்றோட்டத்தை வரிகளாகவும் வார்த்தைகளாகவும் வனைந்திருக்கிறேன். வழக்கமான உணர்வெழுச்சியைவிட, இக் கவிதைகளை எழுதும்போது எழுந்த உணர்வெழுச்சி அதிக ஆச்சரியத்தை ஏற்படுத்திற்று. இப்படியும் எழுதலாம் என்கிற எண்ணத்தை எட்டிய நிலையில், வெவ்வேறுவிதமான படிமங்களும் குறியீடுகளும் வந்துகொண்டே இருந்தன. இந்நூலில் நான் பகிர்ந்துள்ள உணர்வுகள் சிலருக்குக் காதலாகவும், சிலருக்குப் பக்தியாகவும் தோன்றலாம்.

பாரதி சொல்வதுபோலச் சமயத்தில் அதுவே, தோற்றப்பிழையையும் தருவிக்கலாம். எதுவானாலும், இக்கவிதைகள் புதுவிதமான அனுபவத்தை வழங்குமென்றே நம்புகிறேன். ஒன்றைத் தெளிவாகச் சொல்ல முடியும், இந்நூலில் இடம்பெற்றுள்ள கவிதைகள் என் தற்போதைய எழுத்து முயற்சிக்கு முன்கை எடுப்பவை.

காதல் கவிதைகள் தமிழில் வருவதில்லை என்கிற குறை, இக்கவிதைகளால் தீருமென்னும் அறியாமை எனக்கில்லை. ஆனால், என்னுடைய ஏனைய கவிதைத் தொகுப்புகளைவிட, இது சற்றே நெருக்கமானது. வார்த்தைகளிலிருந்து கவிதை உருவாகும் அரிய தருணங்களை இக்கவிதைகள் எனக்கு வழங்கின. அத்துடன், தொண்ணூறுகளுக்குப் பிறகு நவீன கவிதைகளில் அறவே விலக்கப்பட்ட ஓசைகளை வாக்கியங்களுக்கிடையே வைத்து எழுதிப்

பார்த்திருக்கிறேன். ஒருகாலம்வரை கவிதைகளின் ஆதாரமாக விளங்கிய உவமைகள், ஆதீத விமர்சனத்திற்கு ஆட்பட்டு இல்லாமல் போக நேர்ந்தது. உவமைகளே தமிழ்க்கவிதைகள் என்னும் நிலை எத்தகைய அதிருப்தியை வழங்கியதோ அதே அதிருப்தியை, உவமைகளே அற்ற கவிதைகளும் வழங்குகின்றன.

ஒரு கவிதையில் எழுதுபவனின் உணர்வை கிரகிக்க வழியே இல்லாமல், வெறும் வார்த்தைகளை அடுக்கக்கூடிய நிலையிலிருந்து கவிதைகள் தங்களை விடுவித்துக்கொள்ளும் நேரமிது. மற்றொன்று, மொழிபெயர்ப்புக் கவிதைகளின் தாக்கத்திலிருந்தும் பாதிப்பிலிருந்தும் தமிழ்க்கவிதைகள் தங்களைத் தற்காத்துக்கொள்ள வேண்டிய கட்டாயமும் இருக்கிறது. ஏனெனில், தமிழுக்குத் தனித்துவமான சொல்முறையும் செல்நெறியும் உண்டு.

மொழிபெயர்க்கத் தோதான கவிதைகளே உலகக்கவிதைகளுக்கு ஒப்பானவை என்னும் அபவாதத்தால், தமிழ்க் கவிதைகள் தங்களுடைய அசலான முகத்தை இழந்துவிட்டன. சங்கத்திலும் இடைக்காலத்திலும் கவிதைகளுக்கு இருந்த தீர்மானங்களை, நவீன கவிதைகளால் உணரவோ உணர்த்தவோ முடியவில்லை.

தொங்குச் சதைகளைப் போலக் கவிதைகளில் சில உவமைகள் இருப்பதாக எண்ணிய நவீன எழுத்துமுறையினால், சதைகளே இல்லாத எலும்புக்கூடுகளைக் கவிதைகளாக ஏற்கும் நிலை ஏற்பட்டிருக்கிறது. இப்போது நாம் சுதாரிக்க வேண்டிய சூழல் வந்திருக்கிறது. இப்போதும் சுதாரிக்கத் தவறுவோமேயானால், உலகத்துக்கு நம்முடைய பங்களிப்பாக எதுவுமே மிஞ்சாது. இந்த இடத்தில் நாம் தெரிந்தே மறந்த இருவரை நினைவூட்டலாம். ஒருவர், சாலை இளந்திரையன். மற்றொருவர், என்.ஆர்.தாசன். அவர்கள் இருவர் குறித்தும் எழுதவோ பேசவோ

இன்றைய நவீன எழுத்துலகத்திற்கு நேரமில்லை அல்லது விருப்பமில்லை. இளம் எழுத்தாளர்கள் பலருக்கு அவர்களுடைய பெயரேனும் தெரியுமா என்பதுகூடச் சந்தேகம்.

எண்பதுகளில் மிக முக்கியமான எழுத்தாளுமைகளாக அவர்கள் கருதப்பட்டனர். தமிழறிஞர்கள் மத்தியில் சாலை இளந்திரையனும், இடதுசாரிகள் மத்தியில் என்.ஆர். தாசனும் ஏற்படுத்திய நம்பிக்கைகள் குறிப்பிடத்தக்கவை. உரைவீச்சு என்னும் வடிவத்தில் அவர்கள் எழுதிக் காட்டிய காட்சிகளையும் கருத்துக்களையும் மீள்வாசிப்புக்கு உட்படுத்தலாம்.

சாலை இளந்திரையனின் எழுத்துக்களைக் கொள்கை விளக்கக் குறிப்புகளென்றும் என்.ஆர். தாசனின் எழுத்துக்களை அதீத ரொமாண்டிஸ கற்பனைகளென்றும் விலக்க இப்போதும் சிலர் துணியலாம். ஆனால், அவர்கள் இருவருமே ஏதோ ஒருவிதத்தில் தமிழ்க் கவிதைகளின் அடுத்தக் கட்டத்தைப் பற்றிச் சிந்தித்திருக்கிறார்கள். அந்தச் சிந்தனைகளில் நமக்கு மாறான வேறான கருத்துகள் இருக்கலாம். அவற்றை ஓர் ஓரத்தில் வைத்துவிட்டு அவர்களின் எழுத்துக்களிலுள்ள நல்ல அம்சங்களை எடுத்துக்கொள்ளலாம். சொற்களின் அமைவுகளிலிருந்து அவர்கள் உருவாக்க விரும்பிய தமிழ்க்கவிதைத் தன்மைகள் தவிர்க்கப்படக்கூடாதவை.

தமிழிலக்கியத்தைத் தொடர்ந்து வாசிப்பவர்களுக்குத் தெரிந்த மற்றொரு செய்தி, காலந்தோறும் சொற்கள் தம்முடைய அர்த்தங்களை நேரடியாகவும் மறைமுகமாகவும் மாற்றிக்கொண்டு வந்துள்ளன என்பதுதான். எடுத்துக்காட்டாக, நாற்றம் என்னும் சொல்லைக் கவனிக்கலாம். எட்டாம் நூற்றாண்டில் நாற்றம் எனும் சொல்லுக்கு, நறுமணம் என்கிற அர்த்தமே இருந்திருக்கிறது. 'கற்பூரம் நாறுமோ / கமலப்பூ நாறுமோ' என ஆண்டாள் தம்முடைய

பாசுரத்தில் பயன்படுத்திய பொருள் இன்றும் அதே பொருளுடன் இயங்குகிறது. ஆனால், அச்சொல்லுக்கான இன்றைய பொருள் அதுவன்று. நாற்றம் என்னும் சொல், இன்றைய பொருளில் துர்மணமென்னும் பயன்பாட்டில் உலவுகிறது. இந்த மாறுதல் எப்படி நிகழ்ந்ததெனத் தெரியவில்லை.

மக்கள் தங்கள் புரிதலுக்கேற்ப சொற்களைப் பயன்படுத்துவதும், அச்சொற்கள் காலப்போக்கில் மருவிப் பொருள் தருவதும் இயற்கையாகவும் நிகழ்கிறது; செயற்கையாகவும் நிகழ்த்தப்படுகிறது. இந்த நிகழ்வுகளில் சமூகத்தின் பங்கும் அரசியலும் இல்லாமல் இல்லை. சொற்களில் கீழ்மையுடைவையென்றோ மேன்மையுடையவையென்றோ எதுவுமில்லை. ஆனால், அவை குறிக்குமிடங்களில் அப்படியான அர்த்தங்களைக் கொண்டுவிடுகின்றன. கெட்ட வார்த்தைகள், கொச்சை வார்த்தைகள் என நாமாகச் சில சொற்களைப் பிரித்து வைத்திருக்கிறோமே அன்றி, சொற்கள் எப்பொழுதுமே சொற்கள்தாம். அவற்றுக்குப் பேதங்களோ பிரிவுகளோ இல்லை.

அழுகணிச் சித்தரால் அருளப்பட்ட 'கண்ணம்மா' என்னும் சொல்லைப் பாரதி பயன்படுத்திய அர்த்தத்தில் வேறு எவரும் அதே அழகுடனும், செறிவுடனும் பயன்படுத்தவில்லை. ஆண்டாளும், மாணிக்கவாசகரும் ஏற்படுத்திய மரபின் தொடர்ச்சியைப் பாரதியே ஆகச்சிறப்பாக மேற்கொண்டிருக்கிறார்.

காதலுக்கும் காமத்துக்கும் இடையேயுள்ள சின்னப் புள்ளியில் கவிதைகளைக் கொண்டுசெலுத்திய அரிய வித்தை அவனுடையது. அதேபோல, சிற்றிலக்கியத் தொடர்ச்சியாக அவன் மேற்கொண்ட உவமைகளும் உத்திமுறைகளும் அபாரமானவை. தத்துவார்த்தப் புரிதலுக்கு உட்பட்ட கண்ணம்மா கவிதைகளை எதன் பொருட்டும் மறு ஆக்கம் செய்துவிட முடியாது.

அக்கவிதைகள் தரும் அனுபவங்களில் குளித்துக் கரையேறலாம். குடித்துத் தாகம் தீர்க்கலாம். மற்றபடி, அவற்றின் சாரங்களைச் சரியாக உள்வாங்குவதில் சிக்கலுண்டு. ஓர் ஆண் தம்முடைய பெண் தன்மைகளைப் பிரதியாக ஆக்கி அளித்துள்ள அக்கவிதைகள், இன்னும் சில நூற்றாண்டுகளை ஆச்சரியப்படுத்துமென்றே எண்ணுகிறேன்.

உடலையும் உள்ளத்தையும் சேர்த்துக் கிளர்த்தும் அக்கவிதைகளில், கண்ணம்மாவும் பாரதியும் தங்களை மறைத்துக்கொண்டிருக்கிறார்கள். இராட்சச இரகசியம் நிறைந்த அவர்களுடைய காதலும் காமமும் ஒரே கோட்டில் நிற்பதல்ல. ஒன்றை ஒன்று தின்றுவிடும் வெறியுடையது. வெறும் வெறியல்ல. ஞானவெறி.

பாரதியைப் பல்வேறு நிலைகளில் பகுத்தறிய முடிந்தவர்கள்கூட 'முகச்சோதி மறைத்தொரு காதலிங்குண்டோ, கன்னங்கன்றிச் சிவக்க முத்தமிட்டதில்லையோ, மங்கலக் கைகள் மஹாசக்தி வாசம், வயிறாலிலை இடை அமிர்தவீடு, நிலவூறித் ததும்பும் விழிகள், கனிகண்டவன் தோலுரிக்கக் காத்திருப்பேனா, ஒன்பது வாயிற் குடிலினைச் சுற்றி ஒருசில பேய்கள், மாரனம்புகள் என்மீது மாறிமாறி வீச' போன்ற பதங்களுக்கு உரிய விளக்கங்களை அளித்ததில்லை.

அளித்திருந்தாலும் அவை பாரதியின் தத்துவ விசாரத்தை தரிசிக்க உதவவில்லை. எங்கோ எப்போதோ அவன் பார்த்த கண்ணம்மா, அவனை உயிர்ப்பித்திருக்கிறாள். அதேசமயம், அவளும் அவனால் உயிர்பெற்று எழுந்திருக்கிறாள். அந்தக் கண்ணம்மா மீதான அவனுடைய காதலே, அவளை அறிந்த அறியாத அத்தனைபேரையும் கவிச் சமுத்திரத்தில் தள்ளியிருக்கிறது. ஒரே ஒரு கண்ணம்மா எத்தனை ரூபங்களில் தெரிகிறாள் என்பதற்குக் கணக்கில்லை.

இந்நூலில் இடம்பெற்றுள்ள கண்ணம்மாவும் அப்படியே. இக்கவிதைகளில் இடம்பெற்றுள்ள கண்ணம்மாவை நீங்கள் உங்கள் ஊகத்திற்கு எட்டிய பெண்களுடனும் தத்துவங்களுடனும் இணைத்துக்கொள்ளலாம்.

எந்த நிபந்தனையுமில்லாமல் தம்போக்கில் நகரும் வாக்கியங்களை, உங்களுக்குத் தெரிந்த அர்த்தங்களுடன் பொருத்திக்கொள்ளலாம். கேள்விகள் என்னுடையவை. எனினும், பதில்களை நீங்களே தேடிக்கொள்ளலாம். மேலதிக விவாதங்களை அமைத்துக்கொள்வதும்கூட உங்களுடைய விருப்பத்திற்குட்பட்டது. நான் உங்களுடன் பகிர நினைத்த இவ்வுணர்வுகள், நேர்மறையானவை. சிலர்ப்பின் உச்சத்தில் எனக்குத் தோன்றிய சிந்தனைகளைத் தொகுத்திருக்கிறேன். எல்லாச் சொல்லும் பொருள் குறித்தனவே என்கிற தொல்காப்பிய நூற்பாவை, மெய்ப்பிக்கவும் மெய்ப்புத் திருத்தும்பணியும் உங்களுடையதே.

இக்கவிதைகளைத் தொகுத்து வெளியிடும் நேர்நிரைக்கு என் நன்றிகள். கவிதைகளுக்கு ஏற்ற ஓவியங்களைப் பிரசுரிக்கத் தந்துதவிய ஓவியர். இராமன். முகப்பினை வடிவமைத்த தம்பி மதன் ஆகியோருக்கு அன்பும் நன்றியும். வழக்கம்போல என்னுடைய நூல்களின் ஆக்கத்தில் ஆர்வத்துடன் பங்குகொள்ளும் இசாக், புதுவை சீனு. தமிழ்மணி, செங்கை நன்மாறன், காளிராஜ் ஆகியோருக்கு வந்தனங்கள். கண்ணம்மாவுக்கு முத்தங்கள்.

நிறைய பிரியமுடன்,

யுகபாரதி

9841157958

பாதாள மூலியடி பாடாணம் தான்சேர்த்து
வேதாளங் கூட்டியல்லோ வெண்டாரை நெய்யூற்றிச்
செந்தூர மையடியோ செகமெல்லாம் தான்மிரட்டித்
தந்த மருந்தாலே என் கண்ணம்மா!
தணலாக வேகுறண்டி

அழுகணிச் சித்தர்
....

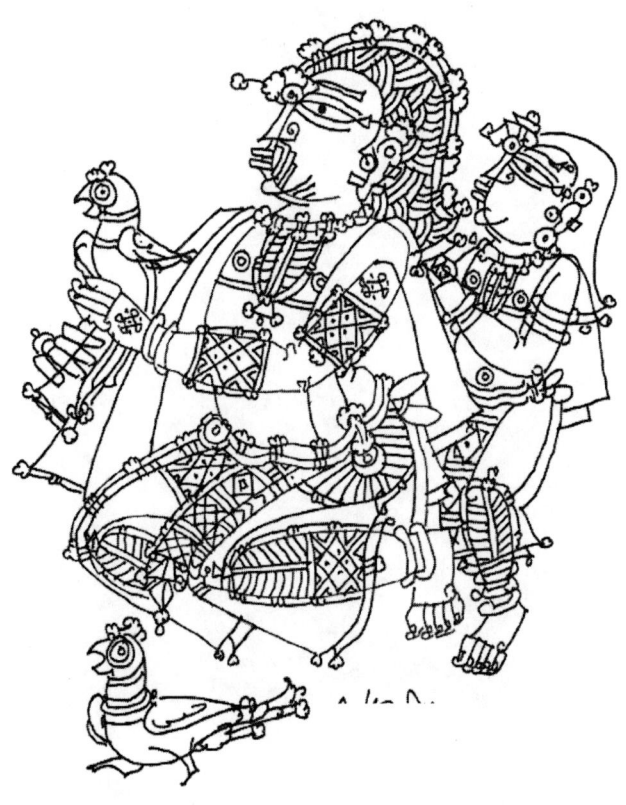

பாதாளக்கொலுசு

கண்ணம்மா கவிதைகள்

01.
தொட்டிநீரில் விழுந்த
தட்டானோ பட்டாம்பூச்சியோ
ஈரம் தோய்ந்த தம் இறக்கைகளால்
மழை தூவுவது போலிருக்கிறது,
எப்போதாவது நீ சிரிப்பது.
இயல்பின் கதகதப்பில்
அச்சிரிப்பைப் பத்திரப்படுத்த
எத்தனைமுறை
சிராய்த்துக்கொண்டேனெனத்
தெரிந்துமே தெரியாததுபோல்
இருக்கிறாயே கண்ணம்மா
கட்டறுந்து பறக்குமென்
காதல் நுனியை
உன் முந்தியில் முடியுமோர்
ஆசையை இனியேனும்
அவிழ்ப்பாயா கண்ணம்மா?
அடர்ந்த கானகத்தின்
அத்தனை மரங்களுமே
ஒரே ஒரு விதையிலிருந்தே
ஓங்கி உயர்ந்ததென்று
உன் ஒவ்வொரு சிரிப்பும்
உணர்த்திடுதே கண்ணம்மா

02.
கண்ணில் புரைவிழுந்ததெனப்
புலம்புகிறவர்களுக்கு
நிறையென நீ விழுந்ததைச்
சொல்லாதிருப்பதெப்படிக் கண்ணம்மா?
நேர்ச்சைக்குப் பலிதரும் பிராணிகளையும்
நேசிக்கப் பழக்கிய நீ
காதலெனும் வாளால் எனை
காவு வாங்கினும் காத்திருக்கிறேன்,
பதினான்காம்நாள் பௌர்ணமியை
முதல் நாளே பார்க்கும்
தீவிரத்துடன்.

03.
கோடி புஷ்பங்களில் ஒன்றைக்
கொஞ்சமும் கசங்காமல் பறித்தெடுத்து
உன் கூந்தலில் சூடும் பிரியத்துடன்
எந்தெந்த வனத்திலெல்லாம் திரிந்தேனென
எனக்கு மட்டுமே தெரியும் கண்ணம்மா
இன்றுவரையிலும் நீ பார்த்தறியாத
ஒரு பூவைப் பரிசளித்தால்
மொத்த அன்பையும்
கொட்டிவிடுவாயெனும் நினைப்பில்
கால்தேய்ந்து கை சோர்ந்து உன்முன்
வந்து நிற்கையில்
சட்டென்று நீ மலர்த்திய காட்சியில்
ஆறாயிரம் பூக்கள் பூத்தன கண்ணம்மா
ஏற்காமல் இருப்பதெப்படி?
பறிக்கமுடியாத பூவெல்லாம்
உன்னிடமென்று.

04.

முளைகட்டிய தானியம்போல
மனசின் அத்தனை பரப்பிலிருந்தும்
துளிர்விடும் உன் நினைவுகளை
அடங்கா ஆச்சரியத்துடன்
அதிசயிக்கிறேன் கண்ணம்மா
வழிகாட்டுதல்களை
ஒழுக்க விதிகளை முட்டித்தள்ளி
முளைவிடுவதுதான் காதலில்லையா?
பெருக்கெடுத்து ஓடும்
வெள்ள நேரத்து வாய்க்கால்
எங்கே உடைத்து
எப்படியெப்படி வெளியேறுமென
யார் அறிவார் கண்ணம்மா?
எதேச்சையாக அரும்பியதெனினும்
அது இயற்கையின் விளையாட்டென்றும்
அதிர்வுகளென்றும் நீயோ நானோ
மறுப்பதற்கில்லையே
இப்போதேனும் இவ்வளவு பூக்களைக்
கொடையளித்த இறைவனின்
பாதக் கமலத்தில் இடுங்கிக்கொள்ளத்தான்
இத்தனையுமா கண்ணம்மா
ஒரே விநாடியில்
ஒளி தளும்பும் நம்முடைய
உரையாடல் கங்கிலிருந்து
கோடிக்கும் மேலான அகல் விளக்குகளை
ஏற்றிக்கொள்வதன்றி
வேறேதும் வழியிருக்கிறதா
கண்ணம்மா?

05.
காலை ஒளிக்கதிரின்
கையசைப்பில்
அன்றைய வேலையைத் தொடங்க
ஆரம்பிக்கும் போதெல்லாம்
நீ என் நிழலின் ஊடே
நீந்தத் தொடங்குகிறாய் கண்ணம்மா
பொருளீட்டவே வேலை எனினும்
ஈட்டிய பொருளென நீயிருக்கையில்
எதுசெய்யவும் தோணாமல்
இடறுகிறேன் கண்ணம்மா
வேலை என்ன பெரிய வேலை,
எனக்குள் நீ செய்யும்
லீலையை விடவா?

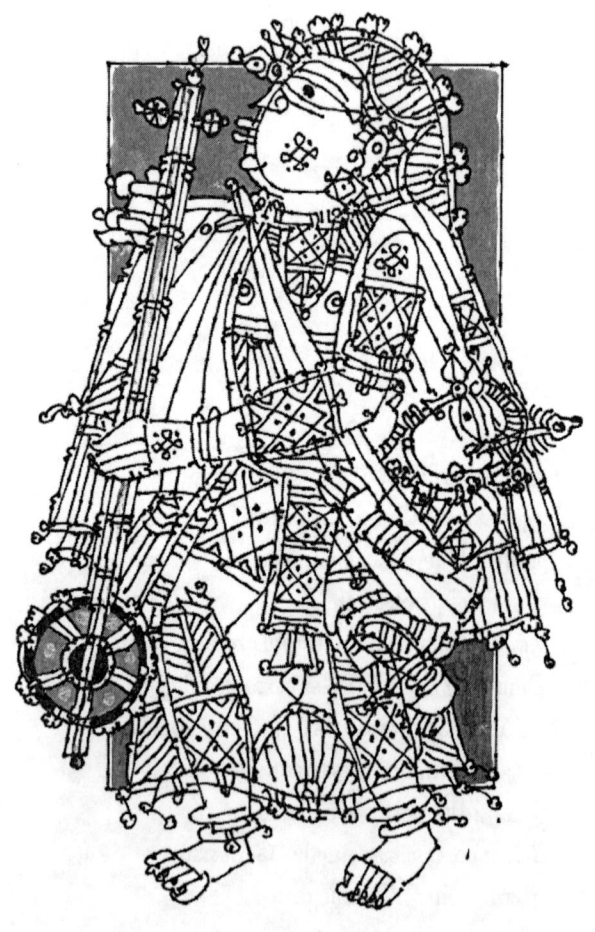

06.
மல்லாத்திய பேரீச்சம் பழமென
ஓரச் சதை பிதுங்கும் உன் உதட்டில்
ஒத்தடம்போல் நானிடும் முத்தங்களில்
காடுகளும் மலைகளும்
புரண்டு படுத்ததைப்
புரிந்துகொண்டாயா கண்ணம்மா?
உச்சந்தலை ஊற்றெடுக்க
உருண்டோடும் ஏக்கங்களில்
கூழாங்கற்களும்
இனப்பெருக்கத்திற்கு உள்ளானதை
இன்னமுமே மறைப்பதெப்படி?
உன்னால் மட்டுமே
முடிகிறது கண்ணம்மா,
பொய்க் கோபங்களையும்
புஷ்பக விமானமாக்க.

07.
இன்னும் சில நாழிகையே
இருப்பேனெனத் தெரிந்து
வெட்கம் பாரித்த உடலுடன்
நீ பேசத் தொடங்கும் வார்த்தைகளில்
நண்பகல் இருள்கிறது கண்ணம்மா
நாசம் அத்துப்போகும் காதலில்
நானோ நீயோ எல்லைமீறிவிடுவதில்
பிரிவென்ற சொல்லுமே
பிடிக்காமலில்லை
கண்ணம்மா

08.
அங்குமிங்கும் அலைந்தோடுகையில்
அதிர்ஷ்டம்போல் நீ எதிர்ப்பட்டால்
ஆலமரப் புத்தனாகிறேன் கண்ணம்மா.
எதிர்ப்படுவது நீயாயிருந்தால்
எளிதுதானே ஏழுகடலும்
ஏழு மலையும் தாண்டுவது?

09.
ஒருசில சமயங்களில்
உன் நினைவு
பக்கத்திலிருந்து பாசப் பரியேற்றும்
தாயாயிருக்கிறது
ஒரு கவளம் ஒரே ஒரு கவளமென
ஆசைகளை அன்னமென
எப்படியாவது திணித்துவிட
எண்ணுகிறது
சமயங்களில் கொட்டுவைத்துக்
குளிப்பாட்டியும்கூட விடுகிறது
ஒரு தாய் தானீன்ற
குழந்தைக்குச் செய்வதிலும்
அதிகமான பணிவிடைகளைச் செய்து
கட்டிக்கிறது. முத்தமிடுகிறது.
கடிந்துகொள்கிறது.
காட்டுத்தனமாகவும் புகழ்கிறது.
வேறு என்னென்ன செய்கிறது என்பதையும்
சொல்லத்தான் விரும்புகிறாயில்லையா
வேலையாயிருக்கிறேன்
அப்புறம் பேசு என்கிறது. அருகில்

அம்மாவோ பாட்டியோ அப்பாவோ
இருப்பதாகச் சொல்லி ஓடிவிடுகிறது
கூட இப்போது தோழியிருக்கிறாள்
கூப்பிட முடியாது என்கிறது
என்ன ஆனாலும் இன்று
பார்க்காமல் போவதில்லை என்கிறது
பரிதாபத்தோடு நிற்குமென்னை
மேலும் பரிதாபத்துடன் பார்த்து
உனக்குக் காதலிக்க எப்போதுதான்
தெரியப்போகிறதோ என்கிறது.
தெரிந்து செய்வதல்ல காதல்
தெரியாமல் செய்வதுதான் காதலென்று
இருவருக்குமே ஏன் தெரிவதில்லையோ
கண்ணம்மா?

10.
கோட்டை மதிற்சுவர்களில்
குருவிகள் இரண்டு குலவுகையில்
ஏனோ உன் கனிந்த முகம்
நினைவுக்கு வருகிறது கண்ணம்மா
உன் நினைவை ஊட்டியதற்காகக்
கைசேர்ந்த தானியங்களை
அங்கேயே இறைத்துவிட்டு
நிமிடத்தில் என்னை நானுமே
நிறுவிக்கொள்கிறேன் கண்ணம்மா
பாரதியாக.

11.
ஆண்டாளின்
அணுக்கத்தோழியே நீயுமென
அறியாதிருந்த முற்பொழுதில்
தைமாதக் கோலங்களைத்
தவிர்த்திருக்கிறேன் பார்க்காமல்
இழுபட்ட கோடுகளில்
எங்கெங்கோ ஒளிந்துள்ள புள்ளிகளை
இடையறாமல் தேடுவதே
இன்பமளிக்கிறது இப்போது
மொத்த உடலிலும்
ஏதோ ஓர் இடத்திலேயே நானுண்டு
எந்த ஆலிங்கனத்தில்
உட்கரைந்து போனயென்னை
உயிர்ப்பிப்பாய் கண்ணம்மா
கனன்றெரியும் தீபங்களை
அணைத்தணைத்துப் பெருகும்நீ
நாற்புறமும் பரப்புகிறாய்
காதலின் வெளிச்சத்தை.

12.
இரண்டு பற்சக்கரங்களுக்கு
இடையே சிக்கிய கரும்புத்துண்டென
என்னைச் சாறாக்கிப் பிழியுமுன்
இமைகளுக்கு நடுவிலே
நானிருக்கிறேன்.
உருளும் நாவற்கனிகளாகத்
தென்படும் நின்னுடைய கண்மணிகள்
எந்த நேரத்திலும்
சிவப்பாகவோ நீலமாகவோ
மாறிவிடலாம் கண்ணம்மா.
வாசிக்க வேண்டிய புராணத்தின்
முதல் பக்கமும் கடைசிப் பக்கமும்
எத்தகையதென்பதை
அறியத் தருகிறாய் கண்ணம்மா
அனிச்சச் சயனங்களில்.

13.
ஒருநாள்
யாரோ கட்டிய கதையாக
நாம் நம்முடைய அன்பைக்
கடந்துவிட நினைத்தும்
மீண்டும் மீண்டும் அந்தக் கதையில்
மூழ்கினோமே கண்ணம்மா
அது ஏனென்று இப்போதோ
இனிவருங் காலங்களிலோ
சொல்ல முடியுமென்றா நினைக்கிறாய்?
என்ன வேடிக்கை பார்த்தாயா
நம்மைப்பற்றி நமக்கு முன்பே
அறிந்தும் புரிந்தும் வைத்திருந்த
அவர்களைத்தான் பல சமயங்களில்
விநோதமாகவும் விபரீதமாகவும்
விமர்சித்து வந்திருக்கிறோம்
பொய்யை நிஜமாக்க முயல்வதாக
அவர்கள்மீது நாம் வாசித்த
குற்ற அறிக்கைகளை இப்போதாவது
வாபஸ்பெறத்தான் வேண்டுமில்லையா
நிஜத்தை நிஜமென்று ஏன்
தொடக்கத்திலேயே நாமிருவருமே
நம்பமறுத்தோம் கண்ணம்மா?

14.
யாரோ கிழித்தெறிந்த
தலையணையின்
பஞ்சுப்பொதிகளைப்போல
மேகங்களல்ல, உன் நினைவுகள்.
மேகங்களுரச மழை வருமாமே
நினைவுகளுரச எதுவருமென
என்றேனும் ஊகித்திருக்கிறாயா
இத்தனை ஈரமுடைய நினைவுகள்
ஏன் காய்வதே இல்லையென்றும்?
பூப்பிலும் காய்ப்பிலும்
பூரித்துக்கிளம்பும் இந்நினைவுகள்
மூப்பிலும் சாவிலும்கூடத்
தொடர்வதல்லவா
பொதுவாக நினைவுகளென்றால்
என்ன கண்ணம்மா?
திரும்பத் திரும்ப ஞாபகம் வருவதா
திரும்ப முடியாமல் திணறுவதா
நினைவுச் சகதியில் இறங்கிவிட்ட
முயலாக முன்னும் பின்னும்
முண்டிக்கொண்டிருக்கிறேன்
கை நீட்டி மேலே இழுத்துவிடும்
காரியமே காதலென்பதை
இன்னமுமே நீ உணரவில்லையே
கண்ணம்மா?

15.
ஆடைகளோ அணிகலன்களோ
அளித்துக்கொள்ளும் பரிசுகளோ
எதுவாவது காட்டக்கூடுமோ
காதலின் துல்லியத்தை
ஒரு வாழ்த்து அட்டையின்
வரிகளிலிருந்து வாசிக்க முடியுமோ
அன்பின் அர்த்தங்களை?
கடற்கரை மணலிலோ
கால் அயறாத நடையிலோ
பூங்காக்களின் மரபெஞ்சிலோ
சம்மணமிட்டு அமர்ந்துகொள்வதுதான்
காதலின் ஸ்தூல வடிவா கண்ணம்மா?
ஒன்றுமே பேசாமலிருக்கிறாயே
இந்த அமைதியும் ஆத்மமும்கூடக்
காதலின் உச்சபட்சக்
கௌரவங்களா கண்ணம்மா?
ஒரு கார்த்திகைத் திருநாளில்
எத்தனையோ தீபங்களுக்கு நடுவே
நின்றுகொண்டிருந்த உன்னையும்
எரியத் தூண்டிய என் கண்களில்
அதிக வெளிச்சமிருந்ததை
அறிந்தாயா கண்ணம்மா?

16.
எத்தனை வைராக்கியமுனக்கு.
ஒரு முத்தம் இடுவதற்குள்
முந்நூறு சிணுங்கல்கள்
ஒரு அணைப்புக்குள்
ஆயிரம் விலகுதல்கள்
வேட்டைக்காரனைக் கண்டோடும்
வீட்டுப்பிராணியைப் போல்
மறைந்துவிடுவதுதான்
உன் மகிமையா கண்ணம்மா?
விட்டுக்கொடுத்துப் போவதே
வாழ்க்கையெனினும்
விடாமலும் கொடாமலும்
இருப்பதையா கருதிக்கொண்டிருக்கிறாய்
கற்பென்று?
காரணத்தோடு கொடுத்துவிடுவதும்
காரணமில்லாமல் எடுத்துக்கொள்வதும்
காதலில் சேர்த்தியில்லையா
கண்ணம்மா?

17.
நங்கூரக் கண்களில் முடிச்சியிட்ட
நினைவுப் படகுகளை
அவிழ்த்து நகர்த்த வேண்டிய
அவசியமிருக்கிறது கண்ணம்மா
ஒரே இடத்திலே ஓய்வெடுத்தால்
படகுக்கான தேவையும் பயணமும்
தடைபடுமில்லையா?
தூர தேசங்களில் கால் நனைத்துத்
துவளாமல், கவிழாமல் திரும்பிவரத்
துடுப்பாக வேண்டியவள் நீயன்றோ?
எந்தத் திக்கிலும்
போகத் துணியும் ஏக்கங்களை
எத்தனைக் காலத்திற்கு நம்மால்
கட்டியே வைத்திருக்க முடியும்?
சந்தர்ப்பங்கள் ஏற்படுத்தும்
சகாயங்களில் கலப்பதே
காதலென்னும் புரிதலுக்கு
எப்போதுதான்
வந்து சேர்வாயோ கண்ணம்மா?

18.
காதலைப் பகிர்ந்துகொண்ட
அந்தநாளில், கைவசமிருந்தவை
ஒரு பேனாவும் கொஞ்சம் காகிதங்களும்
என்ன விபரீதம் நடந்ததென்றால்
காகிதங்கள் பேனாவை எழுதின
அர்த்தமே இல்லாதிருந்த
அக்கவிதைகளின் மேன்மையைப்
பேசிக்கொண்டிருந்தோம் நீயும் நானும்
அர்த்தமற்றவைகளின் மேன்மைதான்
காதலென்று அப்போது தெரியாது
இருவருக்குமே.
கோணங்கியின் எழுத்தைப்போல்
வசீகரிக்கும் வார்த்தைகளில் விக்கித்துத்
திணறிப் போயிருந்தோம்
செய்வதறியாது செய்த வேலையைக்
கூலிகொடுத்து நிறைவளித்த காதலை
முதலாளியென்பதா? முட்டாளென்பதா?
புரியவில்லை கண்ணம்மா

19.
உன்வீடும் என்வீடும்
ஒன்றிணைந்து உருவான
மூன்றாவது வீடுதான் முத்தங்களா
வைராக்கியத்தை வலுவிழக்கச்செய்யும்
உஷ்ணங்களின் உற்பத்திக்கூடமோ அவை?
நின் வதனம்
நடுநிசியிலும் நாட்டியமாடவரும்
காதலின் கலைமாடமோ?
என்னுடைய உன்னுடைய கனவுகள்
பழகியும் விலகியும்
பக்குவமடைவதுதான் பால்முரணா?
என்ன செய்துகொண்டிருக்கிறாய்
கண்ணம்மா,
முன்பு நானெழுதிய கடிதங்களில்
முற்றுப்பெறாத ஒரு வாக்கியத்தின்
இறுதிச் சொல் பற்றி
எண்ணிக்கொண்டிருக்கிறாயா?
இறுதியே இல்லாத என் சொற்களை
எண்ணி எண்ணி நீ பின்னும்
ஒயர்கூடைகளில் ஒன்றுதான்
காதலுமா கண்ணம்மா?

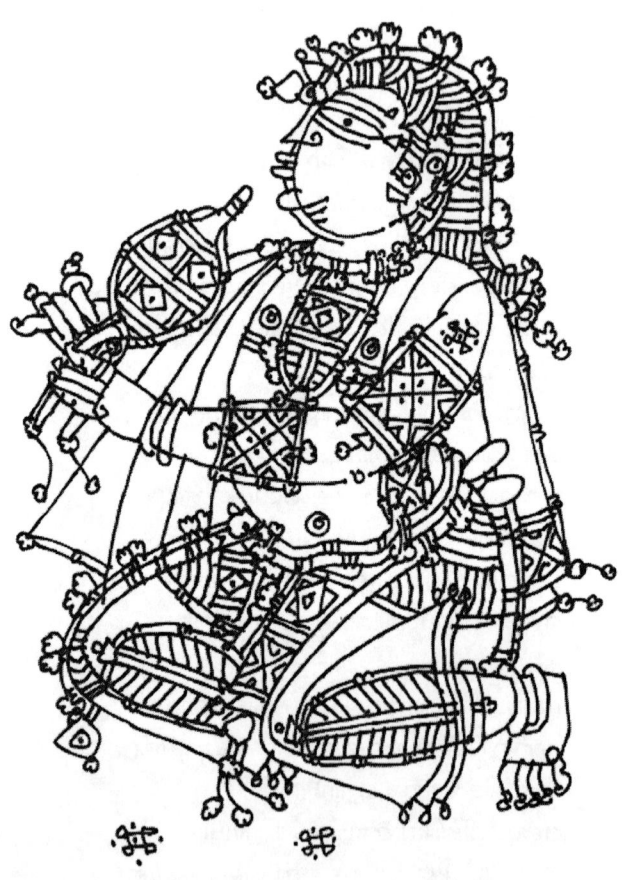

20.
நேற்றென் வீடுவந்து போன உன்னை
நினைத்துக்கொண்டிருந்தேன் கண்ணம்மா
வந்த நீ, போகவில்லையென்று
இப்போதே புரிகிறது
வாசனைத் திரவியங்களைப் பூசாத நீ
கமழ்ந்தபடியே இருக்கிறாய்
அருந்தி நீ வைத்த தேநீர்க் குவளையில்
எப்போதுமில்லாத அளவுக்கு
எறும்புகள் ஊர்கின்றன
அதைவிட அதிகமாக மனதில் நீ
ஊர்ந்துகொண்டிருப்பதைத்
தடுக்க இயலவில்லை கண்ணம்மா
மெல்லிய தீட்டலாய் நீ இட்டிருந்த
திருநீற்றில் குங்குமமாய்க் கலந்த
குழப்பத்திலிருக்கிறேன்
மீண்டும் வாவென்று உன்னை
அழைக்க மாட்டேன். ஏனெனில்
போகாத உன்னை அழைப்பதிலே
பொருளில்லையே கண்ணம்மா

21.

பாதங்களில் கிளர்ந்தெழும்
பரல்களின் ஓசையிலோ
கையசைப்பில் பெரும்
வளையல்களின் ஒலிகளிலோ
காணாமல் போய்விடுகிறேன் கண்ணம்மா
நீ கேட்கலாம்
எதிரேதானே இருக்கிறாயென்று.
இருந்துகொண்டே இல்லாமலும்
இமைகளுக்குள்ளே காணாமலும்
ஒளிந்துகொள்வதே காதலென்று
உனக்குமா சொல்ல வேண்டும்?
கோவிலில் இசைக்கப்படும்
தொடர்ந்த மணியோசை
பிரகாரம் சுற்ற அல்ல
தெய்வம் பார்க்கத் தானே
தெரியாதா கண்ணம்மா?

22.
ஆரத் தழுவிக்கொள்ள நீ
அனுமதிக்கும் போதெல்லாம்
அடிவயிற்றில் பரவும் நெருப்புக்கு
அர்த்தமென்ன கண்ணம்மா?
விலகி வெளியேறும் போதும்
ஒதுங்காத உன் நினைவுகளை
அச்சத்தோடு பதுக்குகிறேனே
அடுத்தவர்க்குத் தெரியாமல்.
அணைத்தால் பற்றிக்கொள்ளும்
ஆனந்த அக்கினியைத்தான்
காதலென்று சொல்கிறார்களோ
கண்ணம்மா?
தனிப்பெரும் கருணையில்
தாங்கிக்கொள்ளும் உன்னை
அருட்பெருஞ் ஜோதியென்று
அறிவிக்கலாமா கண்ணம்மா?

23.
இன்னும் தாமதப்பட்டாலும்
இதோ அதோ என்பதாகக்
காரணங்களை அடுக்கினாலும்
காத்திருப்பேன் கண்ணம்மா
கடைசிவரை.
வராது போனாலும் வருத்தமில்லை
வர நினைத்தாயே அது போதாதா?
உனக்குத் தெரியுமில்லையா
உரிமையிருப்பதால் கோபிப்பது
உறவைக் கொல்வதென்று.
அவசியமில்லாத அவசரத்தில்
வந்துவிடுவதால் மட்டும்
என்ன நிகழ்ந்துவிடப் போகிறது
நமக்குள்?
ஒருபொழுதும் நிதானமில்லாதவர்கள்
நெருங்குவதில்லையே
கண்ணம்மா

24.
காவிய நாயகியாகவோ
கண்ணகியின் வாரிசாகவோ
உன்னை வர்ணிக்க
ஒப்பவில்லை கண்ணம்மா
கனிந்த விழிகளுடன்
கைத்தறிப் புடவையில்
கையசைக்கும் நீ,
காவிய மரபுக்கெல்லாம்
கட்டுப்பட்டவளா என்ன?
காவியங்கள் இயல்பிற்கு அப்பாலுள்ள
இனிமையையே தேடுகின்றன
இயல்புகளே இனிமையென்று
ஏற்றுவிட்ட என்னையும் உன்னையும்
காவியக் காகிதங்களால்
கண்டுகொள்ள முடியுமோ
கண்ணம்மா?

25.
எதைவிட நீ பெரிதென
நச்சரிக்கிறார்கள் கண்ணம்மா
வானளவா? கோளளவா?
வையத்துக் கடலளவா?
எத்தனைமுறைதான்
அவர்களுக்கு அறிவிப்பது
பெரிது சிறிதெல்லாம்
பிரியத்தில் இல்லையென்று.
அளவிற்குள் நிற்பதல்ல
அன்பென்று அவர்களுக்கு
நீயாவது சொல்லக்கூடாதா
கண்ணம்மா?

26.
மேடையில்
மிக நீண்ட வாக்கியங்களை
முடிக்கத் தெரியாத ஒருவன்
நேரத்தைக் கொல்வதுபோலப்
பேசிக்கொண்டே இருக்கிறோம்
நீயும் நானும்.
அங்கங்களில் நிறைவுறாத
காதலும் காமமும்
அடுத்தடுத்தச் சொற்களைத்
தூக்கிவந்து தருகின்றன துரட்டியாக.
பசித்த ஆடுகளுக்கு
இலைபறித்துப்போடும் இடையன்
அவிழும் வேட்டியை
அவ்வப்போது இறுக்குவதொப்ப
உரையாடல் ஒவ்வொன்றும்
உன்னையோ என்னையோ
உசுப்பிவிடுகிறது கண்ணம்மா.

27.
ஊதாரிக்குக் கிடைத்த
ஒழுங்கான வாழ்வுபோலக்
கேட்பாரற்றுக் கிடந்த பொருளை
உரிமையாக்கியது உன் அன்பு
முங்கிக் குளித்த ஆற்றின்
முதல்துளியோ நீயெனக்
குழம்பியும் பிடிபடாத உண்மையில்
எது எதுவோ ஆகிறேன் கண்ணம்மா
கைத்தொட்டுத் தூக்கக்
காட்டும்முன்னே
காம்பறியும் குழந்தையாகப்
பார்த்த நொடியிலேயே
பற்றியது உன்வாசம்
ஆரக்காலாகிவிட்ட ஆனந்தத்தில்
அடியோ முடியோ
அவசியமில்லையே கண்ணம்மா.

28.
ஏகாந்த ஒலியெழுப்பும்
பனங்காட்டிலோ பறங்கித் தோட்டத்திலோ
ஒற்றைக் குடிலமைத்து
உன்னைநானும் என்னைநீயும்
பகிர்ந்துகொள்ளலாம் கண்ணம்மா
மனம்சோர்ந்து மடியில்விழ
மார்பிலணைத்துச் சோற்றூட்ட
எல்லா இடைவெளியையும்
இல்லாதொழித்து
ஒருவரை ஒருவர் மலையேற்றிச்
சிதறவிடலாம் சிரித்தபடி
உரிய விதங்களிலே
உதவிக்கொள்ளும் அன்பிருந்தால்
தேவதம் எதுவென்றும்
பார்த்திடலாம் கண்ணம்மா
ஆனவரை போவதற்கு
நாணமெதுக்கடி நமக்கிடையே?

29.

கோடையின் உக்கிரச்சூட்டில்
உடைந்துவிடுகிற வெள்ளரிப்பழமென
உன்னுடனான ஒவ்வொரு சந்திப்பிலும்
என்னைநீ திறந்துவிடுகிறாய் கண்ணம்மா
சாய்ந்த பொழுதுகளில்
சாளரத்தில் வந்தமரும்
தைலாங் குருவி ஒலிபோலக்
கேட்கும் முன்னமே
கிளர்த்துகின்றன உன் சொற்கள்
வாதங்களுக்குப் அப்பாலுள்ள
வன்முறையான பிரியங்களில்
போடா என்பதுதான்
உன் அதிகபட்ச ஆவேசம் கண்ணம்மா
போக்கிடம் அற்றவன்
எங்கே போவதோ உன்னைவிட்டு?

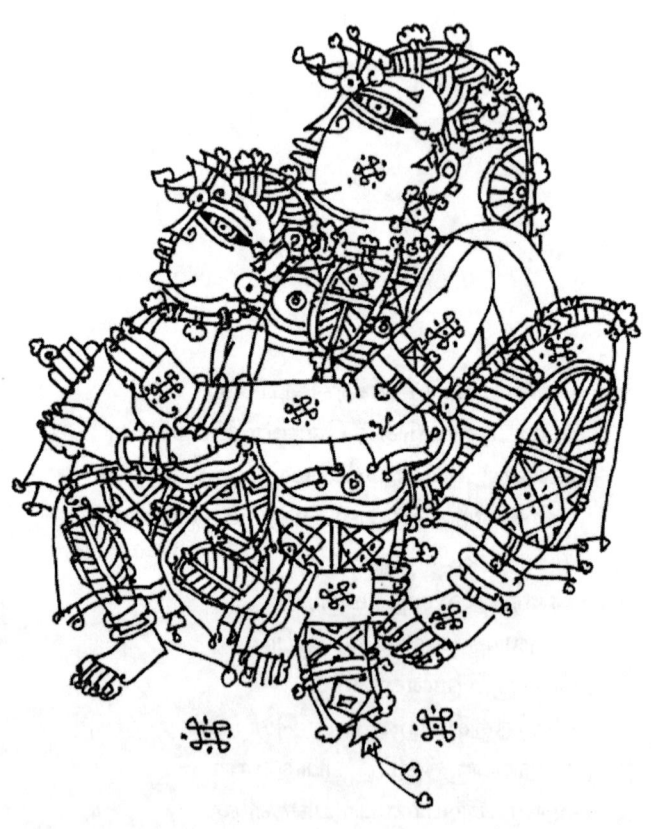

30.
ஆள் அரவமற்ற ஒரு நள்ளிரவில்
ஆசைக்குரிய சம்யுக்தையை
வெள்ளைக்குதிரையில் தூக்கிச்சென்ற
பிருதிவிராஜனே நானென்னும்
எண்ணத்தில் உழல்கிறேன் கண்ணம்மா
இன்பத்தின் துய்ப்பைவிடவும்
நீ எனக்கே என்னும் உய்த்துணரலே
ஒவ்வொரு கணமும்
கடத்திவிடும் கற்பனையைத் தூண்டுகிறது
இராஜவம்சத்து பிரதாபங்களை
எளிய ஒருவனாலும் எட்டமுடியுமென
அறிவுறுத்திக்கொண்டே இருப்பதால்
நிஜத்திலும் நீ எனக்கு
இராணிதானே கண்ணம்மா?

31.
வாசித்த பக்கங்களை
நினைவில் வைக்க எந்த நூலிலும்
இட மூலையோ வல மூலையோ
மடிக்கப்படுவதுபோல
வந்து சென்றதை ஞாபகத்தில் இருத்த
அவ்வப்போது என்னையும் முத்தங்களால்
மடித்துவிடுகிறாயே கண்ணம்மா
உனக்குத் தெரியுமோ தெரியாதோ
உன் முத்தம் ஒருகட்டத்தில்
உன்மத்தம் ஆன கதை.

32.
விறகுவெட்டி
குளத்தில் தவறவிட்ட கோடாலியை
வனதேவதை மீட்டுத் தந்ததாகச்
சிறுவயதில் கேட்டிருக்கிறேன் ஒரு கதையை.
தன்னை வெட்டுபவனுக்கே
கோடாரியைக் கொடுத்த அவள்போலவே
நீயுமென்று நினைக்கிறேன் கண்ணம்மா
அழைப்பிற்கும் பிழைப்பிற்குமிடையே
அல்லலுறும் வாழ்வில்
நினைப்பிற்கும் நெகிழ்விற்கும்
இடமளிக்க நீயிருக்கிறாய்
காட்டைவிடவும்
காப்பாற்ற வேண்டிய புள்ளியை
வனதேவதைக்கு உணர்த்தியதும்
காதலல்லவோ கண்ணம்மா?

33.
இரவின் பேரமைதியை
ஊடறுக்கும் ஜென்ஸியின் பாடலெனக்
கண்ணீரை நுனிக் கண்ணிலும்
காதலை நடுக் கண்ணிலும்
வைத்திருக்கிறாய் கண்ணம்மா
வளர்ந்து வளர்ந்து பெரியதான நீ
உணர்ந்து உணர்ந்து சிறுமியாகிறாய்
ஊசியின் துளை நுழைந்த நூல்
இழுக்க இழுக்க அதே துளையில்
அறுபடாமல் நீள்வதுபோல்
வேறு நினைவின்றி
ஆசைகளைத் தைக்கிறாய் கண்ணம்மா
போகிறப் போக்கில்
துவைகல்லுமே உன் துணையினால்
துளசி மாடமாகுமோ என்னவோ?

34.
ஒன்றன்பின் ஒன்றாக
எறும்புகள் ஊர்ந்ததெனில்
பெரியவர்கள் சொல்கிறார்கள்
பெருமழை பெய்யுமென்று.
ஒன்றன்பின் பலவாக
நீ உகுக்கும் முத்தங்களோ
மழைக்குப் பிறகான மனோநிலை
எதிர்பார்க்கையில் ஏமாற்றி
எவருமே கேளாத ஒருகணத்தில்
சட்டென்று பெய்வதே
மழையென்கிறேன் கண்ணம்மா
முத்தங்களால் மழையையே
ஈரமாக்கலாம் எனும்பொழுது
அம்மழை
எப்போதாவது வருவதுதான்
இன்பமில்லையா கண்ணம்மா?

35.
பிறப்புக்கும் இறப்புக்கும்
நடுவிலே ஒரு பித்தலாட்டம்
இதுவே வாழ்க்கையென்று
எவரெவரோ எழுதிச்சென்றார்
பிறப்புக்கும் இறப்புக்கும்
நடுவிலே நீயிருந்தால்
தொலையுமோ வாழ்க்கையென்று
தொடர்கிறேன் கண்ணம்மா
ஒரு சின்ன திருத்தம்
பிறப்புக்கும் இறப்புக்கும்
நடுவிலே நீயில்லை
பின்னெப்படி என்கிறாயா கண்ணம்மா?
இன்னமுமே தெளிந்து சொல்வேன்
பிறப்புக்கு முன்னேயும் நீதான்,
இறப்புக்குப் பின்னேயும் நீதான்.

36.
புரிதலில் ஏற்படும் சிக்கலே
பிணக்குகளென்று
எளிதாகக் கடந்துவிடும் கோபங்களை
எப்படிப் புரிந்துகொள்வதெனப்
புரியவில்லையே கண்ணம்மா?
புரிதலுக்கு அப்பாலும்
பூத்துவிடுகிற உன்னை
அநித்தியமான கோபங்களிலிருந்தே
அறியத் தருகிறாய்,
கோபப்படுவதை நிறுத்துவிடாதே
கோபித்துக்கொள்வேன்.

37.
இரண்டுபேரும் நடந்துசென்ற
எல்லாச் சாலைகளிலும்
கொன்றைப்பூக்கள் கொட்டிக்கிடந்தன
குளிர்க்காற்றும் நிழல் தருவும்
கூடிநின்று நம்மை வரவேற்றன
நம்மையென்று நான் சொல்வது
நம்மையல்ல, காதலையே.
வீடு நோக்கியே நீளும்
அத்தனைச் சாலைகளையும்
ஒரே ஒரு காதலராவது
கடந்திருக்கிறார்களா கண்ணம்மா?
நிற்க விரும்பும் காதலின் கால்களை
நிற்கவிடாமல் துரத்துகிற தேசத்தில்
பாதச்சுவடுகளைப் பின் வருபவர்களால்
பார்க்க முடியுமோ கண்ணம்மா

38.
அச்சமூட்டிய இருட்டை
அணைத்துக்கொள்ள ஆரம்பித்த நாளில்
எனக்கு நீயும் உனக்கு நானும்
கிடைத்திருக்கலாம் கண்ணம்மா
இருட்டை எவ்வளவு நேசித்தோமோ
அவ்வளவு வெளிச்சத்தையும்
அது கொடுத்தது
பகலில் பார்ப்பதற்கும்
பழகுவதற்கும் ஒன்றுமே இல்லை
இருட்டில் நெகிழ்ந்துவிடும் உடைகள்
இன்னொரு உடலுக்குத் தோதாகிறது
அடர்ந்த இருட்டிற்கு
அர்த்தங்களைக் கற்பிக்கத்
தொடங்கியவர்கள்
மானம் என்கிற பெயரில்
மரணங்களையே சம்பவித்தனர் கண்ணம்மா
இருட்டில் இருப்பதல்ல
இருட்டாகத் தமை உணர்வதே
நிலாவாவதற்கு வாய்த்த வழியென்று
நீயாவது சொல்லலாமே கண்ணம்மா

39.

உன்னை ஒரு திரவமாக்கிக்
கோப்பையில் ஊற்றிக்
குடித்துவிடட்டுமா?
பெருத்த சோகங்களை மறக்கடிக்கப்
பேரின்ப ஏக்கங்களில்
களித்திருக்கப்
பின்னிரவுப் பொழுதுகளைப்
பிடித்ததுபோல் ஆக்கிக்கொள்ளக்
குடியே சரணமென்று கூறுகிறார்கள்
குடித்துத் தெளியாத
அவர்களுக்குக்
குடியை விவரிக்க
உன்னை ஒரு திரவமாக்கிக்
குடித்துவிடட்டுமா கண்ணம்மா
இதயத்தில் இருக்கும் போதை
திரவத்தில் இல்லையென்று
தெரிந்துதான் கேட்கிறேன் கண்ணம்மா

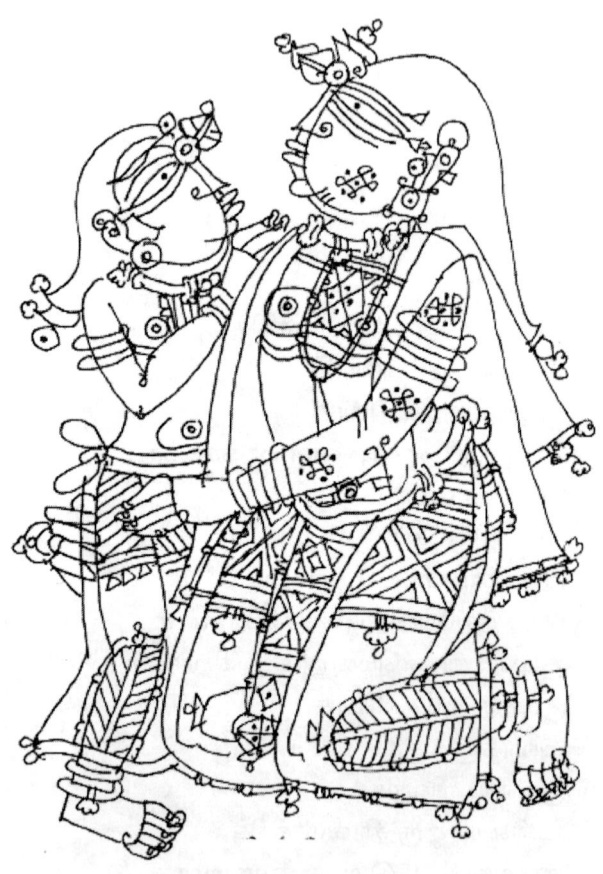

40.
இற்றுவிழவிருக்கும் ஒரு கோட்டை
தன் பழைய பெருமிதங்களை
இழப்பதுபோலிருந்தன
நீ ஊருக்குப் போயிருந்த நாள்கள்.
முகத்தை மறைத்துக்கொண்டு
விருந்தினர்களைப் பார்த்த குழந்தையென
உள்ளொடுங்கிய உன் ஞாபகங்களில்
செல்லமான கள்ளத்தனங்கள்
சிரிக்க வைத்தன கண்ணம்மா
எங்கேயாவது யாராவது
போய்க்கொண்டுதான் இருக்கிறார்கள்
இருந்த இடத்தில்
இருந்தபடியே

41.
நீரைத் தவிர்த்துப் பாலை உண்ட
அன்னப்பறவைகளைப் பற்றி
அறிந்திருக்கிறாயா கண்ணம்மா?
அப்படியொரு பறவையோ
அப்படியொரு ஆச்சரியமோ
இல்லையென்று சொல்ல முடியாது
உன்னெதிரே நானிருக்கையில்.
விசேஷ குணமுடைய ஒருவரை
விரும்புவதும் நெருங்குவதும்
விசேஷமல்லாமல் வேறுயென்ன
எந்த மலரில் தேனென்று
அறிந்த வண்டுகளே
தேனடையைத் தொங்கவிடுகின்றன
இதய வடிவில்

42.
முதன்முதலில்
கண்ணாடிக் கோப்பையைக்
கையிலெடுக்கையில் ஏற்பட்ட நடுக்கம்
ஒவ்வொருமுறையும் உனைச்
சந்திக்கையில் ஏற்படாமல் இல்லை
கவனக்குறைவிலோ கைநழுவியோ
நானுமொரு கோப்பையென
விழுந்தோ உடைந்தோ விடுவதாக
நடுங்குகிறேன் கண்ணம்மா
ஒரு கண்ணாடிக்கோப்பை
உடையும் சாத்தியங்களை
உள்ளடக்கியே வடிவமைக்கப்படுகிறது
ஒருவர் இன்னொருவரை
உடைப்பதும் உடைக்காதிருப்பதுமே
காதலெனலாமா கண்ணம்மா?

43.
மகிழ்ந்து பகிரும் முத்தங்களைவிட
மனச்சோர்வில் பகிரப்படும் முத்தங்களே
அதீத ருசியடி கண்ணம்மா
வம்பு வளர்த்துச் சண்டையிட்டபின்
வாரியணைத்துத் தரப்படும் முத்தங்களில்
ஒருநல்ல நாள் வரவழைக்கப்படுகிறது
இதழ்கள் பின்ன நீளும் முத்தச்சடையில்
இறுதி முடிச்சாக இதயமாவதே
பொன்முத்தம்; பூவின் முத்தம்.
திட்டமிடாமல் பெற்றுவந்த முத்தங்களில்
ஒன்றே ஒன்று தொலைந்துவிட்டது
எப்போது அதை நான் திரும்பப்
பெறலாமெனத் தெரிவிப்பாயா
கண்ணம்மா ?

44.
கொதிநிலையில் பதம்பார்க்க
ஏதோ ஒரு பருக்கை சிக்குவது போல
மொத்த வாழ்வையுமே போதுமான
பதத்துடனும் ருசியுடனும்
ஆக்கிவடிக்க உதவுகிறாய் கண்ணம்மா
விரல்களால் மசித்து உணரப்பட்ட
பதப் பருக்கையென
இதயத்தையும் அதே கொதிகலனில்
தடயமில்லாமல் கலந்துவிடுகிறாய்.
ஏற்ற பதத்தில்தான்
எல்லாப் பருக்கைகளும்
இருக்கின்றனவா கண்ணம்மா,
அள்ள அள்ள உணவளித்த
அமுதசுரபியில்?

45.
வற்றிவிட்ட
ஓடையின் மேற்புறத்தில்
நீரைச் சேமித்த வில்வமரங்கள்
நிற்கின்றன காய்களை இறைத்தபடி.
கவலைதோய்ந்த உன்முகத்தைக்
களிப்பாக்க நானுமே இறைக்கிறேனே
கண்ணீர்த் துளிகளை.
கொடுக்கல் வாங்கலில் சுழல்வதே
வாழ்வுச் சகடையென
நீரற்றக் கிணற்றிலும்
காதலே தொங்குகிறது
கயிறு முடிந்த வாளியாக
ஓடையோ கிணறோ
பின்னொரு நாள் சுரக்குமென்கிற
உத்வேகமே பிரியமென்பதைப்
பிறருக்கும் சொல்வோமா கண்ணம்மா

46.
காற்றடிக்கும் திசைக்கெதிரே
நெல்தூற்றும் உழத்தியென
உனக்கு எதிர்த்தாற்போலிருந்தே
என்னைநான் தூற்றிக்கொள்கிறேன்
பொக்குகளும் பதர்களும் ஒதுக்கி
மரக்காலில் அளந்துபோட
மனமெனும் களஞ்சியம் நிறைகிறது
குட்டிக்குட்டி மணிகளாக
எங்கேயோ இருக்கும் ஒருவனின்
பசிபோக்க
எத்தனை எத்தனையோ
கைமாறி வருவதுதான்
காதலில்லையா கண்ணம்மா?

47.
முதிர்ந்த மரவள்ளிக்கிழங்காய்க்
கெட்டிப்பட்டிருந்த என்னை
ஆசையிலும் அன்பிலும் அவித்துக்
குழைய வைத்த உன்னை
கொண்டாடுகிறேன் கண்ணம்மா
மேல்புற வெடிப்பில்
தாமாகவே உதிரும் தோலென
ஏனோ என் கூச்சங்கள் உன்னால்
சுருண்டுகொள்கின்றன
இறகுகொண்டு காதுகுடையும்
மழைக்காலத்தில்
எங்கெங்கோ சுகம்பரவ
தூரத்து விண்மீனாய்
உனை உருவகிக்கிறேன் கண்ணம்மா

48.

ஒரே இமுவையில் உதிரும்
அகத்திக்கீரையென
உன் புகழ்மொழிகள்
விநாடியிலென்னை ஆய்ந்துவிடுகின்றன
குருதியில் சக்கரையைக்கூட்டும் உன்
குறும்புகளும் சம்பாஷணைகளும்
அடியாழத்தில் கிடக்குமெனை
ஐந்து பத்துச் சொடக்குகளில்
கொண்டுபோகிறது கோபுரக் கலசத்திற்கு
நவதானியங்களைக்
கலசத்தில் வைத்துக் காப்பதுபோல்
நானுமுனை வைத்திருக்கிறேன்
நடுநெஞ்சில்.
ஊழியோ ஆழியோ ஊறுசெய்தாலும்
ஒருபொழுதும் உன்னை நான்
இழந்துவிடுவேனோ கண்ணம்மா?

49.
வீறிட்டழும் குழந்தை
குலவையிடும் தாயிதழால்
சிரிக்கத் தொடங்குவது மாதிரியே
நானுமுன் அசைவுகளில்
மலர்ந்துவிடுகிறேன் கண்ணம்மா
என்னைநீ ஏமாற்றியேனும்
சிரிக்க வைக்கிற சிரமங்களில்
நூற்றில் ஒருபங்கையாவது
எனக்குநீ மடைமாற்றலாம்
இப்போதெல்லாம்
அன்பு ததும்பும் உன் சொற்களில்
அருகம்புற் காம்புகளில் இரத்தினங்கள்
விளைகின்றன
எதிர்காலச் சுபிட்சங்களை
முன்கூட்டியே அறிவிக்கும்
ஆரூடக் கட்டங்களே
உன் முகக்குறிப்பென்னும்
முடிவுக்கு வரலாமா கண்ணம்மா?

50.
முன்னந்திப் பொழுதுகளில்
மெல்ல மீட்டப்பட்ட வீணைக்கு
ஒத்ததான உன் உரையாடல்
பிடறிக்குள் தோய்ந்திருந்த சோர்வைப்
பேயாக ஓட்டுகிறது கண்ணம்மா
என்ன இராகமோ என்ன பாவமோ
தெரியவும் தெளியவும்
முடியாத நிலையிலும்
நீ இசைக்கிறாய் என்பதாலேயே
அச்சுருதிகளில் ஒருவித ஆனந்த இலயம்
வீணை நரம்புகளையும்
மயிற்பீலியைப்போலே உன்விரல்கள்
மென்மையிலும் மென்மையாக்க
ஒரு பாடலின் இடையமைதியில்
என்னை நீயும் உன்னை நானும்
இசைக்க எண்ணுவோமே
கண்ணம்மா

51.
பாங்கொலிக்கு மண்டியிட்டு
தொழ ஆரம்பித்த மௌலவிபோல்
எங்கிருந்தோ நீ அனுப்பும்
காதலொலிக் குறிப்புகளில்
நின்னைச் சரணடைகிறேன் கண்ணம்மா
நீக்கமற நிறைந்த
இறைநிலையின் இரண்டாம்பாகமோ
நீயும் நானும்.
உன்னதங்களை உய்த்துணரும்
உண்மைகளின் பக்கத்தில் நீயிருக்கிறாய்
பொய்யாகவேனும் உன்னைநான்
சொல்வதெப்படியோ
பிடிக்கவில்லையென்று?

52.
மனசு நிரம்ப நீதான்
மாலை காலை என
மறுபடி மறுபடி உன் நினைவு.
விட்டு விலக வழியற்று
விக்கித்து நிற்கிறேனே கண்ணம்மா
ஆழப் பதிந்துவிடும்
ஆணிபோல் உரையாடல்
முழுவதுமே வடிந்தனவோ
மூர்க்கங்களும்.
எங்கிருந்தோ தொடங்கி
எங்கேயோ வந்து முடிகிறேனே
ஏகத்துவத்தில்
ஏதோ ஒரு நெருடல்
எழுந்து விழுகிறேனா
விழுந்து எழுகிறேனா
எனக்கும் தெரியவில்லையடி.
இதயப் பூசணியை
எப்படி மறைப்பதென்று?

53.
இதற்கு முன்பெல்லாம்
இருந்ததில்லை இப்படி
பட்டென்று சொல்லவும்
பதிலுக்காகக் காத்திருக்கவும்.
ஒன்று தெரியுமா?
இத்தனை வியப்போடு
கண்கொத்தப் பார்த்ததில்லை
இன்னொருவரை.
எதையாவது செய்ததுமில்லை
திரும்பத் திரும்ப
என்னை நினைவூட்ட
காரணமில்லாமல் தொலைபேச
கவனமில்லாமல் வார்த்தையுமிழ
தொற்றிக்கொண்டிருக்கும்
தொந்தரவில்
என்னதான் இருக்கிறதென
எண்ணிக்கொண்டிருப்பதுதான்
காதலா கண்ணம்மா?

54.
மலையுச்சியிலிருந்து
உருட்டப்படும்
கூழாங்கற்களையொத்தன
உன் வார்த்தைகளும்.
எங்கெங்கோ பட்டுத்தெறித்துக்
கடைசியில் வந்துவிழுகின்றன
சரியான இடத்தில்.
காலத்தின் நெடிய கோடையில்
ததும்பிப் பெருக்கெடுக்கும்
யௌவன நதிபோல நீயிருக்கிறாய்
முங்கி மூழ்குவதா
நீந்திக் கரையேறுவதா
உனக்காவது தெரியுமா கண்ணம்மா,
காதலின் பூமத்திய ரேகை
தசை நரம்புகளின்
குறுக்கும் நெடுக்கும்
ஓடிக்கொண்டிருப்பது?

55.
உள்ளேயிருந்தாலும்
உன்னை நோக்கியே
எரியுமென் தீயை
அவ்வளவு எளிதல்ல
அணைத்துவிடுவது.
தனிப்பெரும் கருணையோடு
தகிக்கும் உன் சொற்களில்
வந்து வந்து போகிறார்
வள்ளல் பெருமான்
பசியே பிணியென்றும்
பிணியே பசியென்றும்
உயிரை உருக்குகின்றன
உன் முத்தங்கள்
காரணங்கள் இவையென்ற
அறிவில்லாத ஒன்றைக்
காதலென்று சொல்லலாமா
கண்ணம்மா

56.
ஆசைகள்
ஒரு தாயக்கட்டையைப்போல்
உன்னையும் என்னையும்
உருட்டிக்கொண்டிருக்கிறது கண்ணம்மா
எந்த எண் விழுந்தாலும்
இன்னொருமுறை என்பதாக
ஆடுமிந்த ஆட்டத்தில்
காயங்களே நேர்வதில்லை
மூச்சுமுட்டும் நினைவுகள்
முத்தங்களின் வசவுகள்
பேச்சறுந்த தொண்டைக்குள்
பிசினாக வழிகிறது
காந்தலும் காய்ச்சலும்.
வார்த்தையெதுவும் வராமலேயே
வறள்கிறது நாக்கு
நீயாவது சொல்லித் தொலை
துளசி மாடத்தில் இடப்படும்
விரதப் பருக்கைகள்
கழுகிற்கா? காகத்திற்கா?

57.
அன்பு மிகுதியில் வரக்கூடிய
அழகே அழுகையென்று
உன்னிடமிருந்தே
உணர்கிறேன் கண்ணம்மா
அதுமட்டுமல்ல,
அன்பு மிகுதியில் வரக்கூடிய
அழுகையுமே அழகென்று

58.

புத்தாடை உடுத்திய நாளில்
மனதில் படர்ந்த மெல்லிய மகிழ்வாகக்
கணங்கள்தோறும் நீயென்னைக்
களிப்புறச் செய்கிறாய் கண்ணம்மா
அன்பையே ஆடையாக
அணிந்து திரியும் நினது சருமங்களில்
பருத்திச்செடிகள் செம்பருத்திகளாகப்
பரிணமித்துவிடுகின்றன
மறைக்கவே ஆடைகளை அணிந்த நாம்
வெளிப்பட்டுவிடுவதுதான் காதலோ?
ஓர் ஆடை
நெய்தவனின் கைகளை
அவ்வாடையை அணிவதனால்
கௌரவிக்கப்படுகிறது
காதலும் அப்படியேயென்பது
நீ அறியாததா கண்ணம்மா?

59.
நுரைத்த பால் மீதமர்ந்த ஈயென
நான் உன் வெட்கங்களால்
விரட்டப்படுகிற போதெல்லாம்
வியாபித்துப் பரவுகிற
பசலை வாடையை
நுகர்ந்திருக்கிறாயா கண்ணம்மா?
அருந்தும் ஆவலிலும்
அலைபாயும் நிமிடங்களிலும்
நானே என்னை நுகர
நாசித் துவாரங்களில் மட்டுமல்ல
நரம்புகளிலும் நீயே ஊடுருவுகிறாய்
உன் வாடையும் என் வாடையாகும்
ஓர் அரிய கணத்தில்
அகிலமே அறியத் தொடங்குகிறது
வாடைக் காற்றுக்குப் பின்வரும்
வசந்தங்களை

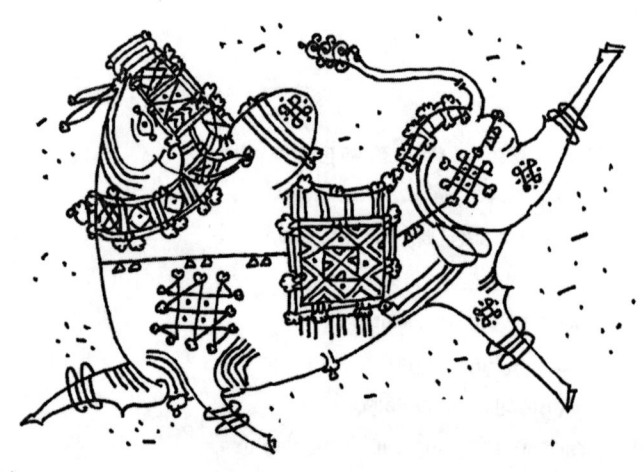

60.

அசுர தேவர்கள்
அமுது வேண்டிக் கடைந்த கடலில்
விஷம் தங்கிய
ஆதிசேஷனின் தொண்டையென
அங்கம் முழுவதிலும்
ஆட்கொண்ட நினது காதலால்
ததும்பி வழிகிறேன் கண்ணம்மா
பாம்புப்பிடாரன் ஊதும் குழலுக்குள்
ஓசையுமே இசையாக
வெளிப்படுவதுபோல்
உன்னை நிகர்த்த நினைவுகளில்
இருட்குகையில் சூரியத்திரியாகச்
சுடர்விடுகிறேன் கண்ணம்மா

61.
அற்ற நீர்க்குளத்து
அறுநீர்ப் பறவையென
ஒருபொழுதும் உன் ஞாபகங்களைத்
துறப்பேனோ கண்ணம்மா?
நீயே என்
ஈரங்களின் ஊற்றுக்கண்.
உன் ஒவ்வொரு ஜாடையிலும்
அருவிகள் பெருக்கெடுக்கும்
அதிசயங்களில் நனைந்து கரைகிறேன்
அகத்தியனின் கமண்டலத்திலிருந்தே
ஆறு உருவானதாக நம்பினால்
உன் கண்களே காதலின்
கமண்டலமாகக்
கருதலாமே கண்ணம்மா

62.
தொல்லுலகச் சங்கிலியின்
முதல் கண்ணியாகக்
காதல் இருந்திருக்கலாம்
தூரதேச யாத்திரையின்
முதல் சுவடும்கூடக் காதலல்லாமல்
கனிந்திருக்குமா கண்ணம்மா
என் வாழ்வின்
சகல பரிபாலனங்களும்
உன்னிலிருந்தே தொடங்குகின்றன
பொட்டல் நிலம் கண்ட
முதல் மழைக்கு ஒப்பானதே
உன் புன்னகை
முதலென்றால் முடிவுமுண்டென்று
தத்துவங்கள் சொல்கின்றன
முடிவே இல்லாத காதலுக்கு
முதலாக நீயிருக்கிறாய்
உண்மையை உயிர்ப்பிக்கவே
இருக்கிற அன்பையெல்லாம்
என்மீது கொட்டுகிறாயோ
கண்ணம்மா?

63.
பறந்த நிலையில்
பழம் புசித்த பறவை
அதன் விதையை எங்கே வீசுமென்று
விவரிக்க முடியுமா கண்ணம்மா?
எனக்கென்று சேமித்த
காதலின் மீதங்களை
உன்னையல்லாமல்
வேறு யாருக்குக் கொடுப்பது?
பறவைகளின் எச்சத்திலிருந்தே
காடுகள் உருவாயின
காதலர்களின் முத்தங்களோ
அக்காடுகளுக்கான நீர் நிலைகளை
அகழ்ந்தெடுத்தன
நடந்துவரும் மழையே நீயென்று
நம்புகிற நான்
நனையவும் நனைக்கவும்
விரும்பாமல் இருக்கலாமோ
கண்ணம்மா?

64.
சிற்றகல் ஏந்திச்செல்லும்
சிறுமி, தம் மூச்சுக்காற்றை
எச்சரிக்கையுடன் விடுவதுபோல
எப்பொழுதெல்லாம்
என் எதிரே நீ இருக்கிறாயோ
அப்பொழுதெல்லாம்
அளவில்லாமல் பெருகும் காதலால்
அச்சப்படுகிறேன் கண்ணம்மா
வெளிச்சம் வெளியே இல்லையெனும்
நுட்பத்தை உணர்த்தவே
உன் கண்கள் எனைச்
சிமிட்டுகின்றனவோ
கண்ணம்மா?

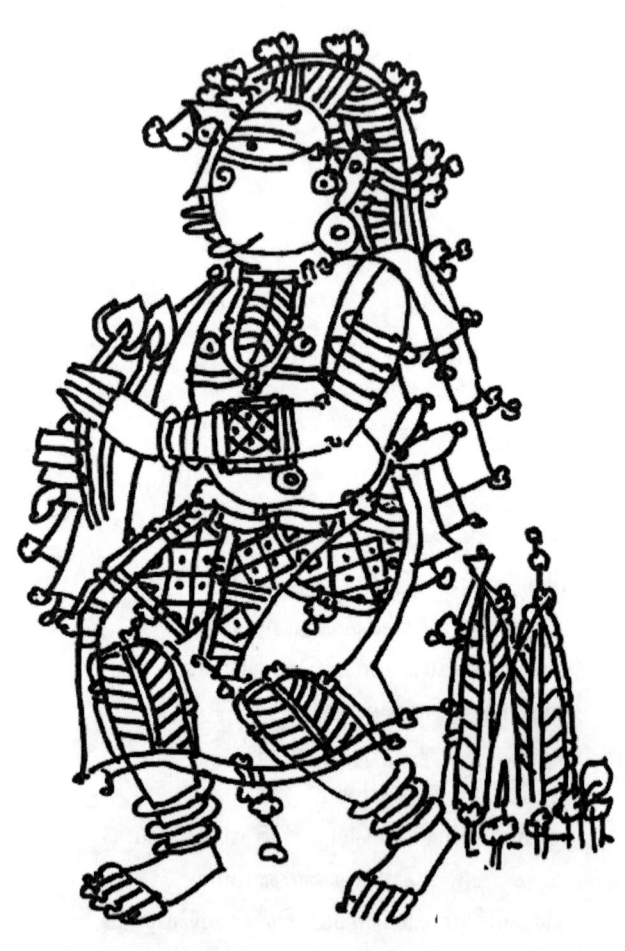

பாதாளக்கொலுசு

65.
எத்தனையோ காதலர்கள்
அமர்ந்தெழுந்த கடற்கரை மணற்துகள்
அங்கேயே கிடப்பதுபோல
ஆயிரமாயிரம் உரையாடலுக்குப் பிறகும்
பேசப்படாத விஷயமாகவே
பிரியத்தை வைத்திருக்கிறோம் கண்ணம்மா
உள்ளே இருப்பதை ஏன்
உணர்த்த வேண்டுமென்கிறாய்
உனக்குத் தெரியாததல்ல
இருக்க வீடுள்ள குழந்தைகளும்
கடற்கரைக்கு வந்துவிட்டால்
கட்டத் துணிவதில்லையா
மணல்வீடுகளை?

66.
கரும்பாறைக்குள் தேரையென
உள் நுழைந்த வாசல்களை
அடைத்துக்கொள்ளும் இன்னொன்றே
காதலென்கிறேன் கண்ணம்மா
தப்பிக்க முடியாமல்
தாழிட்டுக்கொள்வதாகக் காதலை
நினைக்கிறோம். உண்மையிலும் உண்மை
என்னவெனில், காதலின் தாத்பரியம்
தப்பிக்க விரும்பாமல்
தாழிட்டுக்கொள்வதே.
நான்கு சுவர்கள்
ஒரு நடுத்தர வீட்டுக்கான
வரைபடமாகிறது. காதலோ
நாலாயிரம் சுவர்கள் கொண்ட
நவமாளிகையல்லவோ கண்ணம்மா
அம்மாளிகையின்
தலைவாசலும் புறவாசலும்
கண்களே என்பதை
என்னை அன்றி உனக்கு யார்
எடுத்துரைப்பார் கண்ணம்மா?

67.
குழல் விளக்கை முத்தமிடும்
விட்டில் பூச்சியென
உன் கனிந்த நயனங்களில்
எனக்கே எனக்கான வெளிச்சத்தை
விளைவித்துக்கொள்கிறேன் கண்ணம்மா
ஈரேழு லோகத்திற்கு
அப்பாலுள்ள இன்பத்தை
இரண்டடி தொலைவிலேயே
தருவிக்கும் நினது அன்பை
நெஞ்சவர்ணக்கிளியாக்கி
நெகிழ்கிறேன் கண்ணம்மா
நேரிய உன் சக்திக்கு முன்பாகச்
சூரியனே சக்தியிழக்கும்
சூட்சமத்தைச் சொல்வதன்றி
சுகமேது கண்ணம்மா?

68.
என் அந்திமக்காலத்தில்
ஊன்றுகோலாக நினது காதலை
உபயோகிக்க இருக்கிறேன் கண்ணம்மா
நடை தளர்ந்தும் நரை விழுந்தும்கூட
உன் ஞாபகங்களைப்
பிறையாகக்காட்டி
ஊட்டவிருக்கிறேன் உணர்வுப்
பருக்கைகளை.
மூப்பின் வாசங்களை
முனையளவும் நுகரவிடாமல்
பச்சிளங் குழந்தையின்
பால் வாசத்துடனே
பார்த்துக்கொள்வேன் உன்னையும்.
அதன் பிறகும்
வயதில் வருவதே காதலென்று
யாராவது வாசித்துக்கொண்டிருந்தால்
அவர்களை நரகக் குழியிறக்கி
நடுகல்லாக்கலாமா கண்ணம்மா?

69.

ஏதோ ஒரு பொழுதில்
என்னையுமறியாமல்
தலைக்கு மேலே தூக்கியெறிலாம்
என்றிருந்த வட்டக் கல்லைவிடவும்
சுமைகூடிய காதலை
உன்னாலெப்படி ஒவ்வொரு நொடியும்
எளிதிலும் எளிதாகச்
சுமக்க முடிகிறதோ கண்ணம்மா
கன்னியின் கடைப்பார்வையில்
கடுகாகுமாம் மாமலை
காதலின் எடை என்னவென்று
எவரேனும் எழுதியிருக்கிறார்களா
கண்ணம்மா?

70.
பிணக்குகள் வராமலில்லை.
ஆனாலுமுன் பிரியங்களே
பிணக்குகளென்று வியந்திருக்கிறேன்
ஒருமுறையோ இருமுறையோ
உன் பிடிவாதங்கள் வரவழைத்த
பிணக்குகளால் சித்த சுவாதீனமற்றுச்
சிதறியிருக்கிறேன்
உள்ளதை உள்ளபடியே
உணர்த்திவிடத் துடிக்கும் நினது
உச்சாடனத் தருணங்களில்
வந்த பிணக்குகளே காதலாக
மருவியதோ கண்ணம்மா?
கோபத்தில் வருவதே பிணக்கென்ற
கொப்பறையைக் கவிழ்த்துவிட்டுக்
காலிப் பாத்திரமே காதலெனக்
காண்பிக்கிறாயே கண்ணம்மா

71.
பட்டென்று விழுந்துவிட்ட
பராக்கிரமசாலி
எங்கே காயமென எண்ணாமல்
எதிரே யாரென்று பார்ப்பதுபோல்
தடுக்கியோ சறுக்கியோ
விழுந்தவுடனேயே என் கண்கள்
தரிசிக்கத் துழாவுகின்றன உன்னை
தெற்கிலே தேள் கொட்ட
வடக்கிலே நெறி கட்டுவதே காதலென
அவ்வப்போது உணர்த்தும் நீ
தூரத்திலிருந்தே சுழற்றுகிறாய்
அன்பெனும் சக்கரத்தை.
ஆனாலும், தாதியின் அரவணைப்பில்
தலைசாய்ந்த ஒரு குழந்தை
தாய்முகம் பார்த்த பின்னும்
தாவாதிருக்குமோ கண்ணம்மா?

72.
கீழ்நோக்கிய மலைப்பாதையில்
சிரமமில்லாமல் நடப்பதொப்ப
உன் அசைவுகளிலிருந்து
அனுதினமும் என்னைநான்
அழைத்துக்கொள்ள முடியாத
அவதியில் உழல்கிறேன் கண்ணம்மா
ஒரே இடத்தில்
நிலைகுத்தி நிற்கும் நங்கூரமென
ஆசையெனும் கப்பலுக்காக
அங்கேயே காத்திருக்கிறேன்
ஆண்டுபலவாக
மழைவருமென்கிற நம்பிக்கையே
ஒரு தேர்ந்த விவசாயிக்குத்
தெம்பூட்டுமெனில்
ஏதேனுமொரு திசையிலிருந்து
நீயுமே வருவாயென்று
நினைத்துக்கொள்கிறேன்
உக்கிரப்பார்வையில்
கரும்பாறைகளை உருளச்செய்த
யோகியாகவோ ஞானியாகவோ
கடந்த ஜென்மங்களில்
இருந்திருப்பேனோ கண்ணம்மா?

73.

தம் உடலைத்
தாமே தாக்கிக்கொள்ளும்
கசையடிக்காரனின் சாட்டையென
இந்தக் காதல் எத்தனை ஆத்மாக்களை
வலி பெருகப்பெருக
வதைத்திருக்கிறோ கண்ணம்மா?
ஜெயம் வேண்டுவோர்
இயேசுவின் இரத்தத்தால்
கழுவப்படுவதாக
விவிலியம் சொல்கிறது
காதலால் கழுவப்பட்ட
நீயும் நானும்
எல்லா நாள்களிலும்
ஜெபித்துக்கொண்டிருப்பது
அன்பன்றி வேறில்லையென
அவர்களுக்குச் சொல்வாயா
கண்ணம்மா?

74.
தேர்வுக்கால நள்ளிரவுகளில்
திடீரென்று வருகிற விழிப்புபோல
மூடாத கண்களையும்
உன் நினைவுகளே விழிக்க வைக்கின்றன
ஒரே இடத்தில்
பெரும்பயணம் போகின்றன கால்கள்.
விசித்திரங்களின்
விளைநிலமாகிவிட்ட இதயமோ
கதிர்களுக்கு உள்ளே புகுந்து
கண்ணாமூச்சி ஆடுகிறது
அறிவுக்கு அப்பால்
வெகு தொலைவு வந்துவிட்ட என்னை
விரட்டிப் பிடிப்பதொன்றையே
வேலையாக வைத்திருக்கிறாயோ
கண்ணம்மா?

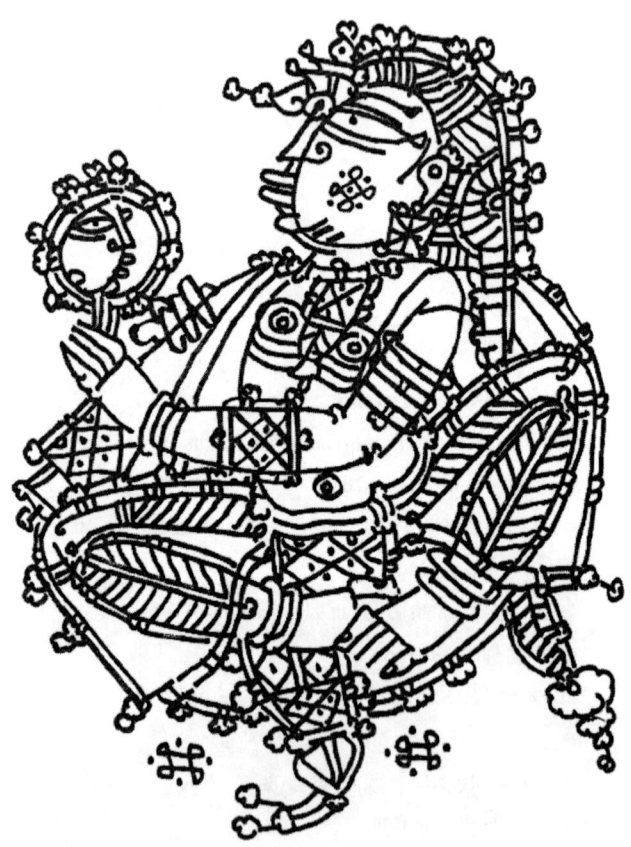

75.
கடலின் அடி ஆழத்தில்
விழுந்துவிட்ட உலோக ஊசிநான்
ஆனாலும், உன் அன்பினாலும்
அதீத அக்கறையினாலும்
துளியளவும் துருவேறாதிருக்கிறேன்
துவக்குகளையே
ஊன்று கோலாக்கி நடக்கும்
போராளிகளைப் போல
உன் தும்பைச் சிரிப்புகளில்
நானென்னைத்
துவைத்துக்கொள்கிறேன்
உலர்ந்த கனிகளிலும்
ஈரச்சுவையை ஏற்படுத்தும்நீ
ஆரத் தழுவுமொரு
அற்புதம் நிகழ்வதென்றோ
கண்ணம்மா?

76.
கண்களில் படக்கூடிய இடமெனினும்
ஏதோ ஒரு தருணத்தில்
தம் கூட்டைக் கட்டத்தொடங்கும்
சிலந்தியென
பார்த்துக்கொண்டிருக்கையிலேயே
என்னை உன் இதய உப்பரிகையில்
ஏற்றிவிடுவதுதான் காதலோ கண்ணம்மா?
ஒரு சின்ன நடுக்கத்தைத் தருவிக்கவே
உள்ளதைத் தெரிவிக்காமல்
ஒளிந்துகொள்ளும் உன்னை
நல்ல வார்த்தையால் புகழ்வதன்றி
நானென்ன செய்வதோ கண்ணம்மா?

77.
வானைத் திறக்கும் சாவியே
யோகமென்றும் யாகமென்றும்
போதிக்கும் பிரதேசத்தில்
வாழ்வைத் திறக்கும் சாவியாக
உன்னை நான்
உணர்கிறேன் கண்ணம்மா
பிள்ளைபேறுக்கு
ஒரு தாய் தயாராவது
குழந்தையின் முகம் பார்க்க அல்ல
குழந்தையாகத் தம்மை
பிரசவித்துக்கொள்ளவேயெனத்
தெளிந்தவளே நீ என்று
தெரியுமே கண்ணம்மா
ஆழ்ந்த உறக்கத்தில்
அரும்பும் கனவுகளிலும்
எட்டியே நிற்குமுன்னில்
எப்போது இயைவேனோ
கண்ணம்மா?

78.
இரண்டொரு சொடுக்குகளில்
இல்லாமல் போவதே வாழ்வெனினும்
நம்பும் வரையே நாமென்று
நடத்துகிறாய் என்னை
பெருங்காற்றில் பொறிபோலத்
திக்கும் திசையும் பிடிபடாமல்
திணறுகிறேன் உன் அன்பில்
காதல் பாதரசத்தைக்
கையிலேந்தும் ஆசையுடன்
கடலையும் மலையையும்
கடந்துகொண்டிருக்கிறேன்
இறுதிவரை இலக்காகவே
நீ இருந்துவிடுவாயோ என்றெல்லாம்
எண்ணவில்லை கண்ணம்மா
ஏமாற்றமானாலும் அது உன்னாலென்றால்
அர்த்தப்படுத்துவேன் ஜெயமாக

79.
கூட்டுவண்டியின்
அடியில் தொங்கும் காடாவிளக்கென
உன் கூடவே வருகிறேன் வெளிச்சமாக.
ஒரு வெளிச்சத்தை
உடன் அழைத்துச்செல்லும் உன்னைக்
கருக்கிருட்டுகளும்
கையேந்தியே வரவேற்கும் கண்ணம்மா
கால நுகத்தடிகள்
கழுத்தை அழுத்தினாலும்
உரிய இடத்தை நோக்கியே
உயிர்களின் ஒவ்வொரு பயணமும்.
இடறி விழுந்தாலும்
காப்பாற்றவரும் காதலை
அந்தரத்தில் விட்டுவிட்டு
அந்தகாரத்தில் மூழ்கலாமோ
கண்ணம்மா?

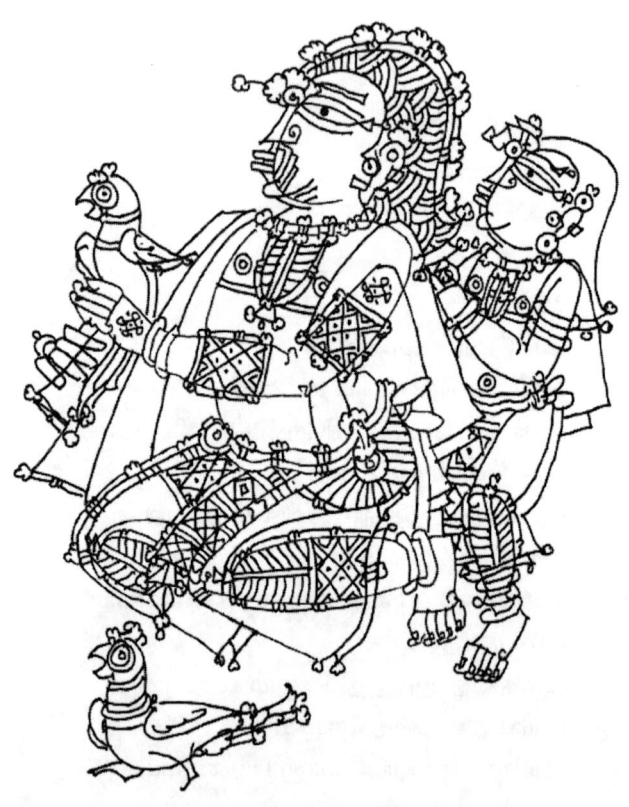

80.
எண்ணி முடியாத நட்சத்திரங்களின்
கூட்டுத்தொகையே நீயென்று
குதூகலிக்கிறேன் கண்ணம்மா.
உன் நினைவுகள் சம்பவிக்கையில்
ஏகாந்த வானமென்
இடுப்புக்குக் கீழே இறங்கிவிடுகிறது
வசந்தகாலத்தின் தோற்றுவாயை
உன் தெற்றுப்பற்கள் தெரிவிக்கின்றன
அமிழ்ந்துபோன வையத்து
அதிசயங்கள் ஒவ்வொன்றுமே
உன் சுருள்கேச சுகந்தத்தில்
மீள் பிறப்பைப் காண்கின்றன
வாராது வந்த
காதலெனும் மாமணியை
வரவேற்க வாயிற்படியிலேயே
நிற்குமென்னை, ஒப்புக்காவது
ஒரே ஒருமுறை வாவென்று
சொல்ல மாட்டாயா
கண்ணம்மா?

81.
வண்ணங்கள் என்றதுமே
வானவில்லோ வண்ணத்துப்பூச்சியோ
முன்வருவதுபோல
ஆனந்தமென்னும் சொல்லுக்கு
உன்னையே பொருத்துகிறேன் கண்ணம்மா
துயர் உதிரத் தோள்தரவும்
துன்பமெனில் தாங்கிடவும்
ஓடிவரும் நீயெனக்கு
ஓவியமோ? ஒளிப்படமோ?
இடது வலதாக
இழுபடும் கோடெல்லாம்
கோலக் கணக்கிற்குள்
கொண்டுவரும் உன்சிரிப்பு
நாணத்தில் செம்பருத்தி,
நளினத்தில் மஞ்சனத்தி.
வாழ்வின் நிறமியாக
வந்து நிற்கும் உனை அறிந்ததும்
கவலைகள் தம் முகத்தில்
கரி பூசிக்கொள்கின்றன கண்ணம்மா

82.
இடுப்பிலுள்ள நீர்க்குடத்தை
இறக்கி வைக்கையிலும் தளும்பவிடாத
புது மணப்பெண்போல
வாய்க்கும் தருணங்களிலெல்லாம்
உன்னை நான் கூடுதல் கவனத்துடனே
கொண்டாடுகிறேன் கண்ணம்மா
கவனித்து ஆடுவது
கொண்டாட்டத்தில் சேர்த்தியா?
கோவிலுக்குப் பூப்பறிக்கையில்
குழைந்துவிடுகிற விரலாக
உன் ஞாபகங்கள் எப்பொழுதுமே
என்னை அவ்விதமான
அதீத உணர்வுக்குள்
அமிழ்த்துகின்றனவே கண்ணம்மா

83.

அம்மானை ஆடுகையில்
மேலும் கீழும் நகரும் கற்களாக
ஆசையும் காதலும்
ஒரே சமயத்தில் என்னை
ஆட்டுவிக்கின்றன கண்ணம்மா
எதேச்சையாக நீ தவறவிடும்
சிரிப்புகளும் வார்த்தைகளும்
என்றுமில்லாப் பதற்றங்களை
எனக்குள் ஏற்படுத்துகின்றன
கொட்டினால் அள்ள முடியாதது
வார்த்தைகள் மட்டுமல்ல
காதலுமே என்றெனக்குக்
காட்டிடவே பிறந்தாயோ
கண்ணம்மா?

84.
அடுக்களைப் பானைகளில்
ஏதோ ஒன்றில் அம்மா வைத்த
சிறுவாடு சில்லறைபோல
எனக்குத் தேவையான காதலை
உன் அங்கத்தில் எங்கேயோ
அடைகாத்து வைத்திருக்கிறாய் கண்ணம்மா
தூரத்திலிருந்தே துழாவியெடுக்கும்
வித்தைகளையும் விந்தைகளையும்
உன்னை அன்றி வேறுயார்
உரைப்பாரோ கண்ணம்மா?
அங்கத்தில் உள்ளதை நான்
அறிய முற்படுகையில்
ஓடும் பூனையால்
உருண்ட பானைபோல்
உடைத்துவிடுகிறாயே என்னையும்.
அடுக்களைப் பானையாக
அவதரித்த என் மனதை
உறியாய்த் தொங்கவிட்டு
ஒளிவதேனோ கண்ணம்மா?

85.
பெருமழைக் காலமொன்றில்
தாவவோ பறக்கவோ
வழியற்று நிற்கும்
அக்காக்குருவியே நானுமென
ஆக்கிவிட்டாயே கண்ணம்மா
அதிரவோ கோபிக்கவோ
ஆட்படாத என் மனதை
அலட்சியமான புன்னகைகளால்
ஊடறுத்து உள்ளே புகும்நீ
ஒற்றைச் சொல்லிலேனும்
உயிர்ப்பிக்க மாட்டாயா?
குளிர்போக்கும் உஷ்ணத்தை
அகழ்ந்தெடுத்த தங்கத் துகள்களை
ஆபரணமாக்காமல்
ஜீவ சுரங்கத்துள்
திரும்பவும் புதைப்பதுதான்
நினது திருவிளையாடலோ
கண்ணம்மா?

86.
மென்று முடித்து வெகுநேரமாகியும்
நாக்குத் துவாரங்களில் தங்கியுள்ள
நெல்லிக்கனியின் ருசியென
உன் நினைவுகள்
நித்தியத்தன்மைக்கு நெருக்கமானவை
அருந்தும் நீரினால்
தித்திப்பை எட்டும் நெல்லிக்கனிகளே
காதலுணர்வென்று நீயுமே
கருதுகிறாயா கண்ணம்மா?
அதியன் அவ்வைக்குப்
பகிர்ந்தளித்த நெல்லிக்கனி
ஆயுளை நீட்டிக்கவோ
அன்பினை நீட்டிக்கவோ என
மேற்கொள்ளும் ஆய்வுகளில்
என்னை நீயும் உன்னை நானும்
மேலும் மேலும் ஆராய்ந்து
அரும்புவோமே கண்ணம்மா

87.
வழக்கத்தை மாற்றும்படி
நீ வம்பளக்கும் தருணங்களில்
வழக்கத்தைவிடவும் அதிகமாய்ப்
பெருகிவழியும் நேச அருவியில்
உச்சந்தலைமுதல் உள்ளங்கால்வரை
உலர்ந்துவிடுகிறேனே கண்ணம்மா.

88.

அன்பின் ஆதிரூபங்களையும்
அதிரூபங்களையும் கடத்தும் உன்னை
எந்தத் தேவதையின்
தொடர்ச்சி என்பதோ?
பாதாரவிந்தம்வரை
பாசத்தை மொழியும் நினது
பக்கத்தில் நின்றிருந்தால்
காற்றின் மென்மணங்கள்
நகக்கண்வழியே இறங்குதடி
அதிகப்புகழ்ச்சிக்கு
ஆட்படும் கவிஞன்போல்
கூடுதலாய் உனை எண்ணியெண்ணி
என்கவிதைகளின் கம்பீரங்கள்
கால்நொடித்து விழுவதை நீ
கவனிக்கிறாயா கண்ணம்மா?

89.
அரவமில்லாப் பெருவெளியில்
ஒற்றைக்குயிலென ஆழ்ந்தும் அகன்றும்
பரவும் நின் அன்பொலியில்
ஆயிரமாயிரம் நர்த்தனங்களை
ஆடுகின்றதே என் மனது
முன்னொருகாலத்தில்
தேவகன்னிகளால் ஆசிர்வதிக்கப்பட்ட
நீயும் உன்காதலும் இப்பிறவியில்
என்னைக் கடைத்தேற்றத்
தேடித் திரிவதுவும்
தெம்பூட்டப் பழகுவதுவும்
தெரியாதென நீயும் நினைக்கிறாயோ
கண்ணம்மா?

90.
மாய இராகங்களில்
மாய்மாலம் செய்யும் உன்னுடைய
தூய சொற்களெல்லாம் என்னைத்
தூக்கிச்செல்லும் பல்லக்குகள் கண்ணம்மா
காலப் புத்தகத்தைக்
காதல்வந்து புரட்டுமென்று
யாரோ எழுதியதன்
பொருளின்றே புரிகிறது.
வெள்ளித் துகள்களென
விடாமல் விழும் நின்னுடைய
வெட்கமழைத் துளிகள்
என் நாபிக்கமலத்தின்
மையம்தேடி நனைக்கின்றன.
சோதித்தறியும் முன்னே
சொல்லிடலாம் கண்ணம்மா
உன் சொற்களால் நானுணர்ந்த
சூத்திரமே வாழ்க்கையென்று.

91.
குமரப்பிராயத்தில்
கொண்டுவிடும் சலனங்களே
குழிபறித்து மனிதர்களைப் புதைக்குமென்று
யாரோ எப்பொழுதோ எழுதியதை
வாசித்தாலும், காதலையும்
அச்சலனங்களில் ஒன்றாகக்
கருதுவேனோ கண்ணம்மா?
முக்தி பெறுவதற்கே
முத்தமெனத் தெரிந்தவுடன்
வெட்கத்தில் தலைகுனியும் நினது
வேட்கைகளில் என்னைநான்
உய்த்துணர நேருகையில்
சலனங்களை விட்டொழித்துச்
சமன்படுத்துதல் எப்படியோ?

92.
கன்றுகளைப் பின் தொடரும்
காராம்பசுக்களென
உன்னைத் தொடர்ந்திடவே
உயிர்த்திருக்கும் என் மனதை
ஓடென்று விரட்டுவதில்
விளைவதென்ன கண்ணம்மா?
முல்லை வனப்பரப்பில்
முனிவர்களும் யோகிகளும்
தம்மை மறந்தபடி
தரிசித்த பேரெழிலை
உன்னை நினைத்திருந்தால்
கண்டுவிட முடிவதனால்
அதிமதுர இலையுண்ட ஆனையென
மதங்கொண்ட மதர்ப்புடனே
அலையுதடி என் ஆசை

93.
பரிபூரண அன்பின் பாதுகாப்பில்
வளரவும் வாழவும்
துடிக்குமென் இதயத்தைப்
பரிதவிக்கவிடுமுனது
பூவாசப் புன்னகைகளில்
பால்வாசம் வீசும் நாளைப்
பார்த்திருக்கிறேன் கண்ணம்மா
ருதுவான நாள்முதலாய்
யாருக்கும் தெரியாத உன்
அந்தரங்கச் சிலிர்ப்புகளில்
என்றேனும் ஒருநாள்
தென்படுவேனென்றுதான்
நீயும் காத்திருக்கிறாயோ?
கண்ணம்மா

94.

வனைந்த நின் கூந்தலின்
ஒற்றை அரும்பாகத்
துளிர்க்குமென் ஆசைகளை
வாடவும் வதங்கவும் விடுவதுதான்
காதலென்பதோ கண்ணம்மா?
கற்பனைகளையே
காதலித்துவந்த ஒருத்தனைக்
காதலிலும் கற்பனையாக்குவதை
எப்போது நிறுத்துவாயோ
உன் முன்னே நெடுஞ்சாண்கிடையாக
நெக்குறுகிக் கிடக்குமென்னை
நேசத்தின் விரல்நீட்டி
நிமிர்த்திவிடக் கூடாதா?
பள்ளித்தலமனைத்தும்
கோவில்கள் செய்வதொப்ப
என்னை நெஞ்சிலேந்தி
ஏதேனும் செய்வாயா கண்ணம்மா?
இந்த ஒரு ஜென்மம்
இன்பத்தை அறிந்துவிட்டால்
பின்னெந்த பிறப்பிலுமே
வருவேனோ தொல்லைசெய்ய?

132 ○ பாதாளக்கொலுசு

95.
மார்பழுந்த நீ அணைக்கும்
மகோன்னதம் பெறுவதற்கே
தீர்கிறது என்பொழுது,
தெரியலையா கண்ணம்மா
போர்முடிந்த சாலைகளில்
பொருள் சிதறிக் கிடப்பதுபோல்
உன் ஆழ்ந்த அன்பிற்குள்
ஆங்காங்கே என் நினைவு
இறைந்துக் கிடக்கிறதே,
எடுத்துக்கொள்ள மாட்டாயா?
கட்டுக்குள் நிற்பதுதான்
காதலெனச் சொல்பவர்கள்
காமத்தின் கட்டறுந்து
உழலுவதை உணர்வாயா?
நல்லிளஞ் சூட்டோடு
நடந்துவரும் உன்முத்தம்
செல்லமே என்றென்னைச்
சீக்கிரத்தில் சேராதோ?

96.
துள்ளும் முக அழகில்
துவைதம் நானறிய
அள்ளும் முழு அழகும்
அத்வைதம் ஆகிறதோ கண்ணம்மா?
சர்ப்பம் சிவன் தலையில்
சம்மணம் இட்டதுபோல்
உன் வெட்கம் எனக்குள்ளே
விரவுவதை அறிகிறாயா?
பாதி எழுத்துடனே
பதறும் என் கவிதைகட்கு
மீதிப் பொருள்தர உன்
முகம் போதுமே கண்ணம்மா
இதயம் கடைந்தெடுத்த
ஈடில்லா அமுதமுனை
என்றுநான் பருகுவதோ
யார் அறிவார் கண்ணம்மா?

97.
அன்பென்னும் சாகரத்தின்
அழகுகளை இரசிக்காமல்
கரையொதுங்கும் கிளிஞ்சலை என்
கைதொடுமோ கண்ணம்மா?
முந்தும் உனதழகை
மூச்சினிலே நிறைக்காமல்
உந்தும் என் உணர்வலைகள்
ஒதுங்கிடுமோ எங்கேனும்
வானவர்கள் தவறவிட்ட
வாய்ப்பான ஒரு பொருளைக்
காணப் பிறப்பெடுத்த
கள்வெறிநீ கண்ணம்மா
சோளக் காட்டருகே
சுண்டெலிகள் திரள்வதென
நாளும் உனை நினைத்தே
துள்ளுதடி காலிரண்டும்.

98.

மஞ்சள் கிழங்கிரண்டை
மார்பினில் சுமந்த உன்னை
எஞ்சிய நாளலெல்லாம்
எடுத்துண்ணும் விருப்பத்தில்
கெஞ்சிக் கிடப்பவனே
நானென்று நினையாதே,
அஞ்சி விலகுவதால்
ஆவதென்ன கண்ணம்மா?
ஆற்றுக்பெருக்கெடுப்பில்
அமிழ்ந்திடுமோ அகப் பஞ்சு?
நஞ்சோ நல்லமுதோ
எதை நீ கொடுத்தாலும்
ஏற்று உயிர்வளர்க்க
ஏங்குதடி என் காதல்.

99.

மேல்மாட விளக்கொளியில்
வீதி ஒளிர்வதுபோல்
நின் பால் அனைய முகமறிந்தே
பகலிரவு கழல்கிறது கண்ணம்மா
சூள்கொள்ளும் உன் நினைவில்
சூட்சமங்கள் விளங்கினாலும்
நாள்முழுதும் புதுப் புதிரில்
நடுங்கும்படி ஆகிறதே
காலம் பலவாக
ஓரிடத்தில் அமர்ந்திருந்த
காதல் சட்டென்று கால்மாற்றும்
அவசரத்தில்
என்னை உனக்குள்ளே
இடம்பெறச் செய்ததுவோ?
உந்திச் சுழிமறைக்கும்
உள்ளார்ந்த உன் பதற்றம்
வெந்து தணியுமென் வேதனையைக்
கூட்டுதடி கண்ணம்மா

100.
வெண்முத்தும் பொன்முத்தும்
அணிந்த உன் கழுத்தில்
விழிகள் அறியாமல்
விவரங்கள் புரியாமல்
காதலிடும் மென்முத்தம்
கலையழகில் பெரியதடி கண்ணம்மா
மாமாயத் தீம்பாட்டின்
மந்திரமே நின் அசைவு
காதலெனும் எசமானன்
கண்ணசைவிற்கேற்றபடி
ஊழியம் செய்வதற்கே
உயிர்த்தோமோ நீயும் நானும்.
வாதை தருமுனது
வைதீகச் சிரிப்பொலியில்
போதைத் தெளிந்தபின்னும்
பொறுத்திருப்பேன் கண்ணம்மா

101.
நாலங்குல இடைவெளியில்
நாற்பதாயிர நட்சத்திரங்களைக்
கூட்டும் உன் விழியின்
குறிப்பறியேன் கண்ணம்மா
துரட்டியின் துணைகொண்டு
இலைபறிக்கும் காரியம்போல்
தூரத்தில் நிற்குமென்னை
உன் கண்ணிரண்டும் துழாவுதடி
ஆதித் தாயொருத்தி
அவசரத்தில் பெற்றுவிட்ட
நாணத்தை இன்னும்நீ
நடுநெஞ்சில் சுமப்பதென்ன?
மோதி மிதத்தாலும்
முளைத்தெழுந்து முகம்காட்டும்
காதலெனும் சோதியை யார்
கடந்தார்கள் இதுவரையில்?

102.
ஈரக்கை துடைத்த
இடையோர முந்தியென
அவ்வப்போது நின்காதல்
என் ஆசைகளைத் தடவுதடி
கருவுற்ற இளம்பெண்
தம் வயிற்றுக்குள் நிகழ்வதைக்
கண்மூடி இரசிப்பதுபோல்
காதலுக்குள் நீசெய்யும்
ஆனந்த அசைவுகளை
யாருக்கும் சொல்லாமல்
ஏந்துகிறேன் கண்ணம்மா
ஏறிட்டு என் கண்கள்
என்றுன்னைப் பார்த்தனவோ
அன்றே பிறந்தேனென்று
அறிகிலையோ கண்ணம்மா?

103.
ஆழக்குழிதோண்டி
அதிலே ஒரு வித்தையிட்டால்
ஆயிரம்பூ பூக்குமென்று
சின்னஞ்சிறு வயதில்
சிநேகிதன் சொன்னதுண்டு
எண்ணக் குழிபறித்து
எங்கெங்கும் உனை நட்டு
கொஞ்சமும் வருத்தமின்றிக்
கொடுக்கிறேனே இலட்சம்பூ
ஒன்றைக் கோடியாக்கும்
உபாயங்கள் தெரிந்திருந்தும்
செல்லக் கிறுக்கிலெனைச்
சிதைப்பதுயேன் கண்ணம்மா?

104.
அன்பில் மிகுந்துவிட்ட
கோதையவள் தனமிரண்டில்
பூசிய குங்குமமே காதலென்று
புரிகிறது கண்ணம்மா
ஆரத்தழுவி அந்தக்
குங்குமத்தை என் மார்பில்
அணிந்துகொள்ளும் பிரியங்கள்
அளவின்றி நீள்கிறது
உலங்குண்ட விளங்கனிபோல்
உள்மெலிந்து உயிர் குலைந்து
ஓடாகிக்கிடக்குமென்னை
ஒரே ஒருமுறைநீ
உற்றுப்பார்த்துவிட்டால்
ஆவி மறுபடியும் அங்கத்திலே
தங்குமடி கண்ணம்மா

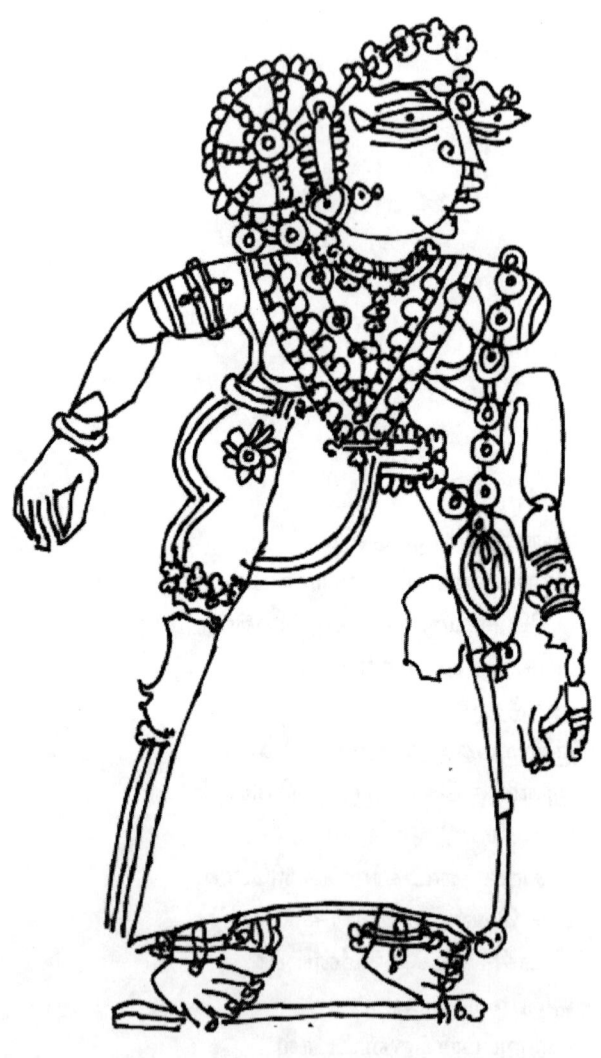

144 ○ பாதாளக்கொலுசு

105.
கண்ணில் காணும் காட்சிகளுக்குப்
பின்னேயுள்ள தோற்றங்களை
உணரவும் உணர்த்தவும்
யாரோ ஒருவர் எப்போதும்
தேவைப்படுவதை
உன்னோடு உரையாடும்போதே
தெரிந்துகொள்கிறேன் கண்ணம்மா
எதையும் நீ விளக்குவதில்லை
மாறாக, துலக்குகிறாய்
வானையோ விண்மீன்களையோ
விளக்குவதை விடவும்
துலக்குவதில்தான் உன்னுடைய
அன்பின் சௌந்தரியம் அகப்படுகிறது.
அறிவினால் சாத்தியப்படாத
அநேக விஷயங்களை
ஆசைகளாலும் அன்பினாலும்
திறக்குமுன்னைக்
காதலி என்னும் சொல்
காயப்படுத்துகிறதா கண்ணம்மா?
உரிய சொற்களை
உபயோகிக்கத் தெரியாத என்னையும்
காலம் சொல்லக்கூடுமோ
கவிஞன் இல்லையென்று?

106.
கனவுபோல ஆகிவிடுமோ
நம்முடைய பிரியங்கள் என்று
இரு தினங்களுக்கு ஒருமுறை
என்னிடம் நீ கேட்கிறாய்
தம்மைத் தாமே கனவுகளால்
என்றேனும் கலைத்துக்கொள்ள
முடிந்திருக்கிறா கண்ணம்மா?
காண்பவர்களின் அனுமதியில்லாமல்
அல்லது அவர்களின் விருப்பமில்லாமல்
கலைந்துபோன கனவுகள்
மீண்டும் யாருடைய கண்களிலாவது
வரத்தானே முனைகின்றன
நீயென்பதும் நானென்பதும்
பிறருடைய கனவுகளென்று
உனக்குத் தெரியாததில்லையே
கனவாவதும் நல்லதுதான்,
ஒருவிதத்தில் அவை காண்பவர்களின்
இரகசியவெளிகளில் மட்டுமே
சஞ்சரிப்பதால்.

107.
ஒருவரை ஒருவர்
உரிமைகோருவதே காதலென்று
உணர்த்தப்பட்டதால்
என்னைநீயும் உன்னைநானும்
கூடுதல் உறுதியோடு
கொண்டாடத் துணிகிறோம்
உரிமையற்ற பொருள்களை
உறவுகொள்வது, ஒழுக்கவிதிப்படி
திருட்டாகவும் கூடாத செயலாகவும்
ஆகிவிடுகின்றன கண்ணம்மா
எந்தக் கிளைகளிலும்
அமர்ந்துகொள்கிற பறவைகள்
தம்முடையதே மரங்களென்று
உரிமைகளைக் கோருவதில்லை
தவிர, காதலென்பது
உரிமைகோருவதற்கான வழியல்ல
உரிமையை உண்டாக்கும் வழி

108.
துலக்கி வைத்தாலும்
பாத்திரங்களில் படிந்துவிடுகிற
லேசான மிருதுவான துணுக்குகளுக்கு
ஒத்தவையே காதலென்று
யாரோ ஒரு இறைஞானி எழுதியிருக்கிறார்
துலக்க முடியாத துணுக்குகளே
காதலென்று அறியாத அவரை
இறைஞானி என்பது
ஏற்புடையதா கண்ணம்மா?

109.
பிரியங்களின் கதவுகள்
திறக்கப்படும்போது அங்கே
இரண்டு இதயங்கள்
சிரமமில்லாமல் நுழைகின்றன
அதிசயம் என்னவென்றால்
அதே கதவில் அவ்விதயங்கள்
திரும்பும்போது ஒன்றாகிவிடுவதுதான்.
ஒன்றை ஒன்று வென்றுவிடவோ
தின்றுவிடவோ வாய்ப்புள்ள பிரியங்களில்
வாழ்க்கை மூன்றாகவும் நான்காவும்
ஆகிவிடுகிறது
கதவுகளே இல்லாத பிரியங்களைக்
காலமோ காதலோ இதுவரை
கண்டதே இல்லையா கண்ணம்மா?

110.
இருமுகில்களின் இணைவில்
இடியோசை நிகழ்வதேபோல்
இரண்டு இதயங்கள்
ஒரு இராகத்தைச் சம்பவிக்கிறது
ஒன்று தெரியுமா கண்ணம்மா?
அந்த ராகம் இடியோசையைவிடவும்
கூடுதலான பதற்றைத்தையும்
கூடுதலான நடுக்கத்தையும்
கொடுக்குமென்று.
ஒழுங்கற்ற சப்தங்களை
இடியாக எண்ணுபவர்கள்
ஒழுங்கற்ற இராகங்களே
காதலென்றும் கருதுகிறார்கள்
ஒழுங்குகளுக்கு உட்படும்
ஒன்றினாலும்
இன்னொன்றை உருவாக்க
இயலாதென்று நீயாவது
சொல்லாமே கண்ணம்மா

111.
நீண்ட இரயில்பாதை
இரண்டு தண்டவாளங்களால்
ஏற்படுத்தப்பட்டதுபோல்
இரண்டு தந்தமுள்ள யானையே
காதலெனலாமா கண்ணம்மா?
இடதாகவும் வலதாகவும்
முளைத்த அத்தந்தங்கள்
ஒரு யானையின் பலமென்று
எண்ணுகிறார்கள், உண்மையில்
அது யானையின் பலமல்ல
காட்டின் பலமென்றே
கருதவேண்டும் கண்ணம்மா
ஏனெனில், தந்தமற்ற யானைகள்
யானைகளில் சேர்த்தியில்லை
காதலற்ற மனிதர்கள் எப்படியோ
அப்படி.

112.
மழை தன்னுடைய
மகிமை தெரியாமல் பொழிவதாக
யாராவது சொல்வார்களா?
சொல்கிறார்கள் கண்ணம்மா.
என்மீது நீயும் உன்மீது நானும்
பொழிந்துகொள்ளும் அன்பை
அவர்கள் அப்படித்தான் சொல்கிறார்கள்
ஒருவேளை, இரண்டு மழை
தங்களுக்குள் தாங்களே
பொழிந்துகொள்வதை அவர்களால்
பொறுக்க முடியவில்லையோ
என்னவோ?

113.

வேனிற் சூடேறியும்
வெளுத்துவிடாத துடரிப்பழமென
அழித்துவிட்ட அன்பின் நிறம்
எந்தச் சந்தர்ப்பத்திலும்
மாறுவதில்லை கண்ணம்மா
மனிதர்களின் பிரச்சினை.
அன்பின் நிறம் மாறவே மாறாது
என்பதிலில்லை.
அளித்துவிட்ட அன்பின் நிறம்
அவர்கள் விரும்பிய அல்லது
எண்ணிய நிறத்தில்
இல்லையென்பதுதான்.
எண்ண முடிந்த நிறத்திலிருந்தால்
அதை அன்பென்றே கருதாதவர்கள்
இறுதியில் ஒட்டுமொத்த அன்பையுமே
சாம்பல் நிறமாக்கிப்
பூசுகிறார்கள் கண்ணம்மா

114.
குலக்குறிகளைத் தவிர்த்தும்
அடையாளங்களை அழித்துவிட்டும்
ஒருகை மற்றொரு கையைச்சேர
வழியில்லை என்கிறார்களே கண்ணம்மா
அடையாளங்களும் குலக்குறிகளும்
எதையெதைச் சேர்க்க ஏற்பட்டன
ஒன்றே உய்வென்று
ஒவ்வொருவரும் சொல்கிறார்கள்
எனினும், ஒன்றாவதை அவர்கள்
ஒப்புவதில்லை
ஆறை ஒன்றாக்கிய ஆதிசங்கரர்
கடைசியில் கண்டடைந்தது
இரண்டில்லை என்பதுதான்.
இல்லாமல் போவதே இரண்டென்றால்
அதையேன் அவருமே
அறிவிக்க முடியவில்லை
ஒன்றாக.

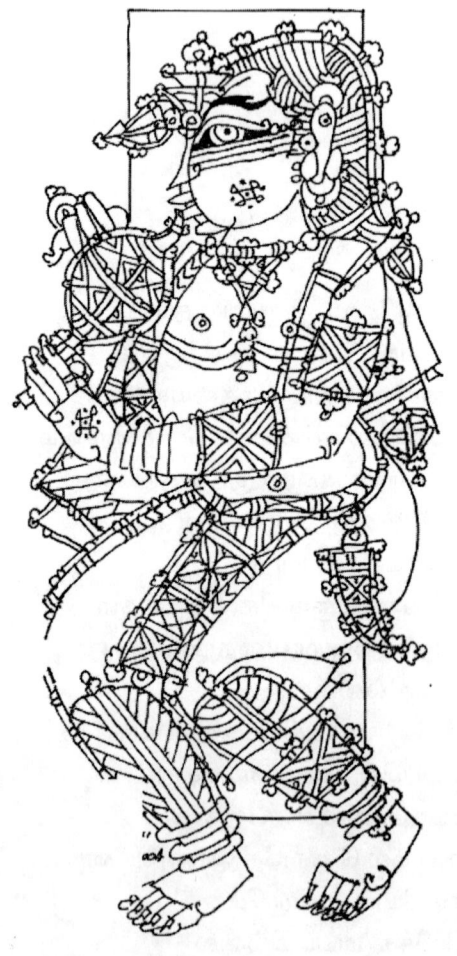

156 ○ பாதாளக்கொலுசு

115.
ஓங்கிவளர்ந்த
நாரத்தை மரத்திடையே ஒருநாள்
நீயும் நானும் உட்கார்ந்திருந்தோம்
அப்போது இரண்டு
கிளைகளுக்கிடையே
ஒருவெளவால் தொங்கிக்கொண்டிருந்தது.
அது நம் இருவரின் இதயத்திலும்
தொங்கிக்கொண்டிருக்கும்
காதல் போலெனக்
கற்பனை செய்வதற்குள்
கண்தெரியாமல் பறந்துவிட்டது
எதையும் எப்போதும்
கற்பனை செய்யும் காதல்
பறந்தே போகாதென்று
சொல்லமுடியுமா கண்ணம்மா?

116.
புலர்வில் உயிரினங்கள்
விழித்துக்கொள்ளக் காத்திருந்தனவா
இல்லை உயிரினங்களின்
விழிப்பிற்காகப் பொழுது புலர்ந்ததுவா
எனத்தெரியவில்லை
இரண்டு நிகழ்வுகளும்
ஒரே நேரத்தில் உண்டாயின
என்னைநீயும் உன்னைநானும்
இப்படியும் எண்ணிக்கொள்ள
இடமிருக்கிறதே கண்ணம்மா
இரண்டு நிகழ்வுகள்
என்பது மட்டுமல்ல,
அவ்விரண்டு நிகழ்வுகளும்
ஒரே ஒரு விழிப்புக்கென்று
வியக்கலாமா கண்ணம்மா?

117.
கசடுகளை வெளித்தள்ளும்
பச்சைக் கற்பூரமென
என் அறியாமை அழுக்குகளை
அவ்வப்போது நீக்குமுன்னைக்
காதல் கொதிகலனின்
கவிழ்க்கிறேனோ கண்ணம்மா?
ஆணென்னும் பெருஞ்செருக்கில்
நானெறியும் ஈட்டிகளை
இயல்பாக உருவி எங்கேயோ வீசுகிறாய்
அன்பின் நிமித்தம்
உன்னை இப்படிச் சொல்லுவேன்,
கண்ணெரிச்சல் தீர
கடன்பெற்ற தாய்ப்பாலே
நீயுமென்று.

118.
ஏமாந்த கதைகளையே
குழந்தைகளுக்குச் சொல்கிறோம்
எனில், அக்கதைகள் குழந்தைகளைக்
காப்பாற்றக் கூடுமென்று
சொல்லப்பட்ட காதல் கதைகளால்
எந்தெந்தக் குழந்தைகள்
காப்பாற்றப்பட்டனவோ?
எந்தெந்தக் குழந்தைகள்
ஏமாந்து போயினவோ?
எனக்கும் உனக்கும்
சொல்லப்பட்ட ஒருகதைதான்
காதலைக் கேட்டதென்று
கருதலாமா கண்ணம்மா?

119.
வழி இல்லாதவர்க்கும்
ஒருநாள் கழிவதுபோல
என் எல்லா நிமிடங்களும்
உன்னை நினைத்தே கழிகின்றன
தவிர, ஒருநாளையும் அதிலுள்ள
நிமிடங்களையும் அளித்ததே நீயென்றும்
அறிகிறேன் கண்ணம்மா
வழி இல்லாதவர்க்கு
ஒருநாள் எப்படிக் கழிகிறது?
என்றோ ஒருநாள் எண்ணியது
கிடைக்குமென்பதால்தானே
இன்றே இப்பொழுதே
கிடைத்துவிட்டால், காதலை யார்
தூக்கிச் சுமப்பார்கள் கண்ணம்மா?

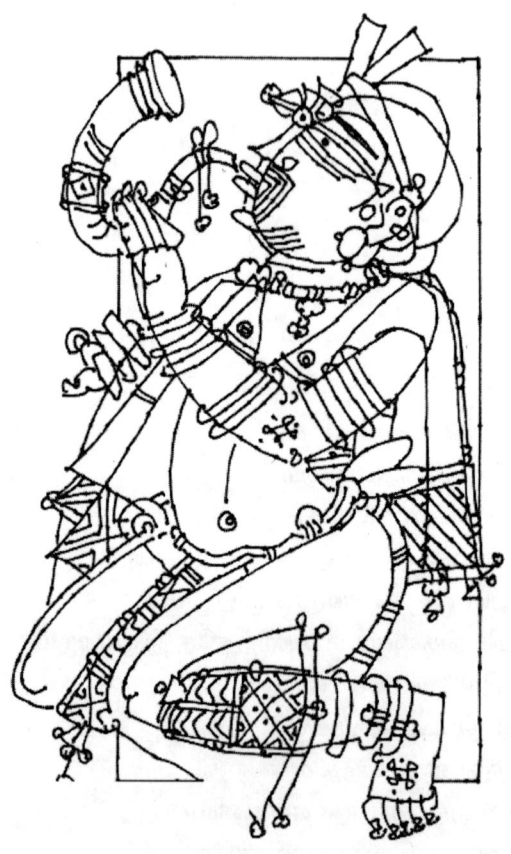

120.
குற்றத்தால் விளைந்த
தண்டனையை அனுபவிக்கும் சிறைக்கைதி
அத்தண்டனையிலிருந்தே
விடுதலையாகிறான்.
குற்றத்திலிருந்தோ குற்றம் வழங்கிய
அனுபவத்திலிருந்தோ அல்ல.
காதலும் அப்படியேயென்று
கருதலாமா கண்ணம்மா?
குற்றமோ தண்டனையோ
எதுவானாலும், காதல் வழங்கும்
அனுபவச் சலுகைகளில்
உழல்வதே விடுதலையென்று
ஏன் ஒருவருக்கும் தெரியவில்லை
கண்ணம்மா?

121.
இயற்கையை எல்லா நிலைகளிலும்
இரசிக்கப் பழகிய ஒருவரே
காதலின் நுணுக்கங்களையும்
காணத் தக்கவர் எனலாமா கண்ணம்மா?
அத்துடன் காதலே இயற்கையை
எல்லா நிலைகளிலும் ஏற்க வைத்ததெனவும்
செல்லலாமா? ஆமெனில்,
பட்டுவிட்ட மரத்திலமரும்
ஒரு தேனீயைத்
தேன்தேடித் திரியும் பட்சியாக
ஏன் திரித்துக் கூறுகிறார்கள் கண்ணம்மா?
கொஞ்சம் மாற்றிச் சொல்லலாம்,
தேனைவிடவும் ஒரு ஈய்க்கும்
தேவைப்படுவதே காதலென்று.

122.
நெருக்கடியான நேரங்களில்
நம்மை நாமே ஆசுவாசப்படுத்திக்கொள்ள
காதல் உதவுவதாகச் சிலபேர்
நம்புகிறார்கள் கண்ணம்மா
காதலை ஆசுவாசப்படுத்தும்
அரிய தருணங்களில் ஒன்றாக
என்னையோ உன்னையோ
ஏன் அவர்களால் ஏற்க முடியவில்லை?
பழக்கத்தின் விளைவாகப் பாசமும்
பாசத்தின் விளைவாகப் பழக்கமும்
தம்மைத் தாமே புனரமைத்து
வாழ்வை விளையாடத் தொடங்குகையில்
காதல் ஓர் ஓரத்தில் நின்று
கைதட்டுமல்லவா கண்ணம்மா?

123.
மங்கல வாத்தியங்கள் முழங்கும்
மண்டபங்களில், எத்தனை கண்கள்
எத்தனை கண்களுடன்
இணைகின்றன என்பதும்
அக்கண்களில் வழியே
எத்தனை காதல்கள்
முகிழ்கின்றன என்பதும்
கணக்கிற்குள் அடங்குவதா கண்ணம்மா?
மங்கல வாத்தியங்கள் முழங்காத
மண்டபங்களிலும்
கலக்க வேண்டிய கண்களும்
முகிழ்க்க வேண்டிய காதல்களும்
அரும்பாமலில்லை. ஒருவிதத்தில்,
மங்கல வாத்தியங்களை
மனங்களே முழங்குவதாக
உருவகிக்கலாமா கண்ணம்மா?

124.
முகமறியாதவர்கள் மேற்கொள்ளும்
பயணங்களில்
இயல்பாகத் தொடங்கும் உரையாடலெனச்
சற்றும் எதிர்பாராத புள்ளியில்
என்னைநீயும் உன்னைநானும்
ஏற்கத் தொடங்கினோம் கண்ணம்மா
எனக்குள்ள அச்சங்களில் ஒன்று,
என்றேனும் அவ்வுரையாடல்கள்
முடிந்துவிடுமோயென்றுதான்
தொடக்கம் போலவே ஒருகாதலின்
முடிவும் சம்பவித்தால் அதை
எத்தனை பேரால் இயல்பாகக்
கடக்க முடியுமோ கண்ணம்மா?

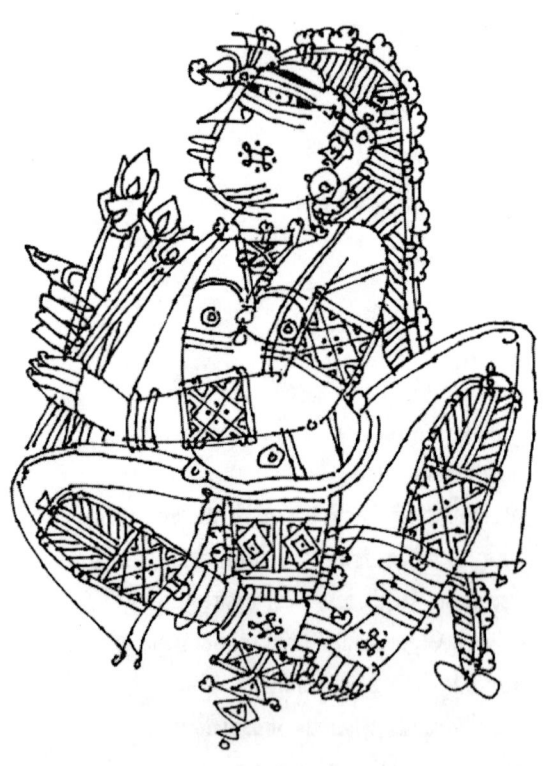

125.
கையிருப்பு தீர்கையில்
மனோதிடமற்ற ஒருவனைப்போல்
கோபத்துடனும் எரிச்சலுடனும்
எந்த இதயம் அல்லலுறுகிறதோ
அவ்விதயம் காதலுக்குப் பழகவில்லையென
முடிவுக்கு வரலாமா கண்ணம்மா?
இதயம் காதலை எவ்வளவு சேர்க்கிறதோ
அதே அளவுக்குக் காதலும் இதயங்களைக்
சேர்க்குமென்றும் சொல்லலாமில்லையா?
காதலோ இதயமோ
நிரம்பி வருகிறதெனில் அங்கே
கையிருப்புகளே தீர்வதில்லை என்பதுடன்
கையிருப்புக்கான அவசியமே
எழுவதில்லை எனலாமா கண்ணம்மா?

126.
ஒருநல்ல கவிதை
தம்மைத் தாமே எழுதிக்கொள்வதாகவும்
ஒரு நல்ல கதை
தம்மைத் தாமே சொல்லிக்கொள்வதாகவும்
நம்பப்படுவது உண்மையெனில்
ஒரு நல்ல காதலும் அப்படியேயென்று
நகர்ந்துவிடலாமா கண்ணம்மா?
எது நல்ல கவிதை எனில்,
எது தம்மை எழுதிக்கொள்கிறதோ
அதுவென்று அர்த்தப்படுத்துகிறார்கள்
காதலோ மிகமிக எளிய விடையை
வைத்திருக்கிறது கண்ணம்மா
அர்த்தங்களையோ அனர்த்தங்களையோ
அது பெரிதாக எண்ணுவதில்லை
மாறாக, அனர்த்தங்களையும்கூட
அர்த்தங்களுடனே அது அணுகுகிறது
ஒரு நல்ல காதல்
இறந்தவர்களின் ஆன்மாவிலோ
இறப்பே இல்லாதவர்களின்
ஆனந்தத்திலோ பூரணமடைவதாக
மற்றொன்று, காதலென்றால் காதல்தான்
அதில் எங்கேயிருக்கிறது
நல்லதும் அல்லதும்?

127.
தேகத் துய்ப்பிலிருந்து
விடுபடவோ விலகவோ
எண்ணும் காதலே இறைத் தன்மையை
எட்டுவதாகச் சொல்லப்படுகிறது
தேகத் துய்ப்பிலிருந்தும்
இறைவனை எட்டலாமென்றும்
வேறுசிலர் வியாக்கியானம் தருகிறார்கள்
துய்த்துப் பெறவேண்டியது
காதலா, இறைவனா என்பதே
எனக்கும் உனக்கும் இடையேயுள்ளது.
துய்க்கத் துணிந்த பிறகு
இரண்டில் ஒன்றையேனும்
எட்டலாமென்றால் இதில்
விவாதிக்கவோ யோசிக்கவோ
என்ன இருக்கிறது கண்ணம்மா?

127.
நாரைகளில் ஒன்றிரண்டு
தம் கூட்டத்தைவிட்டுப் பிரிந்துபோகையில்
அவற்றுக்காகக் காத்திருக்கும்
ஏனைய நாரைகளைப்போலவே
நீ எறிந்த வெட்கங்களின்
மீதங்களையும் காண
மெலிந்திருக்கிறேன் கண்ணம்மா
வட்டவடிவைப் பூர்த்திசெய்வதே
சங்கிலியின் தன்மையெனில்
அத்தன்மையைக் காதலுக்கும்
பொருத்தலாம்தானே?
உயிர்ச்சங்கிலியின் ஒரு கண்ணியோ
இரண்டு கண்ணியோ காதலென்று
எண்ணுபவர்கள்
வாழ்வின் மொத்தமுமே அதுவென்பதை
அறிவார்களா கண்ணம்மா?
பறந்து சென்ற நாரைகளில்
ஒன்றிரண்டுக்காக ஒருகூட்டமே
காத்திருப்பதும் காதலல்லாமல்
வேறுயென்ன?

128.
தண்ணீர்க்குளத்தின் அடியில்
மிகமிக அடியில் விரிந்துள்ள
பச்சைநிற ஜமுக்காளம்,
நீரின் நிறத்தையே வேறாகக்
காட்டுவதுபோல்
இயல்பான காதலின் வண்ணங்கள்
நம்மிருவரிடையே
வெவ்வேறு வண்ணங்களின் கலவையாக
வெளிப்படுகின்றன
அறியப்பட்ட அல்லது
அறியப்போகிற ஏதோ ஒரு வண்ணத்தில்
காதலும் நாமும் இணைவோமென்றுதான்
இதயம் சொல்கிறது கண்ணம்மா

129.
வனாந்தரங்களில் சுற்றித்திரியும்
கருங்கொண்டல் திரள்களெனக்
காலமும் காதலும்
நம் தலைமேலே கவிந்திருப்பதைக்
காண்கிறாயா கண்ணம்மா?
அக்கருங்கொண்டலின் அதிகப்படியான
ஆசைகளில் ஒன்று
நம்மீது பொழிவதாக மட்டுமே
இருக்க முடியும்
சீராகவும் சீர்களைக் கடந்தும்
பொழியப் போகிற அம்மழையின்
ஒரு சொட்டையேனும்
நாம் நம்முடைய பிள்ளைகளுக்குப்
பரிசளிப்போமா கண்ணம்மா?

130.
வடக்குநோக்கிப்பாயும்
கிளையாறுகளில் ஒன்றை
நீயும் நின் காதலும் நீந்துவதற்காக
நேற்று அனுப்பிவைத்தேன் கண்ணம்மா
அவ்வாற்றில் மிதமான
உன் பிராயத்தையோ பிரியங்களையோ
கவ்வாதிருக்கும்படி
மீன்களுக்குச் சொல்லியிருந்தேன்
பேரிரைச்சலையோ
பின்னுக்கு இழுக்கும் அலைகளையோ
எழுப்பக்கூடாதெனத் திவலைகளுக்கு
உத்தரவும் இட்டிருந்தேன்
ஆற்றின் ஓட்டத்திலும்
அளவுக்குமேல் உருளக்கூடாதெனக்
கூழாங்கற்களையும் கேட்டிருந்தேன்
இத்தனையும் செய்த எனக்கு
அவ்வாற்றைக் குளிர்விக்கவும்
குளிப்பாட்டவும்கூடிய சக்தி
உன்னிடமே உள்ளதென்று
தெரியாதா கண்ணம்மா?

131.
நிலைப்படியில் தொங்கவிட்ட
படிகாரக்கற்கள்
தீமைகளையும் பாவங்களையும்
வீட்டுக்குள் விடாதென
ஐதீகர்கள் நம்புகிறார்கள் கண்ணம்மா
நாமும் அதேபோலொரு
ஐதீகத்தை ஆரம்பிக்க
காதலைக் கல்லாக்கித் தொங்கிவிடலாமா?
பிரச்சினை என்னவெனில்,
நீர்மை நிரம்பிய காதல்
ஏழேழு ஜென்மத்திலும்
கல்லாகும் வாய்ப்பே
இல்லையென்பதுதான்.
தவிர, உள்ளே இருக்கும் ஒன்றை
வெளியே எடுப்பதும் தொங்க விடுவதும்
ஆகக்கூடிய காரியமில்லையே
கண்ணம்மா

132.
விசித்திரங்களை
விளைவிக்கக் கூடிய நிலமாகவோ
அந்நிலத்தில் அரும்புகின்ற
மரம்செடி கொடிகளாகவோ
காதலையும் கருதலாமா கண்ணம்மா?
கருதலாமெனில்,
ஐவகை நிலங்களும் அவற்றுள்
அடங்குகின்றனவா?
ஐவகை நிலங்களிலுமுள்ள
தாவரங்களும் பட்சிகளும்
உயிர்த்தல் சக்கரத்தில்
உழலுகின்றனவா?
ஆமாமென்று சொல்லுமிடத்தில்
நிலமாக நீயும் அந்நிலத்தில் விளையும்
ஏனையவற்றில் ஏதோ ஒன்றாக
நானும் இருப்பதாகவே
நம்புகிறேன் கண்ணம்மா
நிலம்பூத்து மலர்ந்த பூவின்
காம்பும் வாசமுமே காதலென்று
வாசித்திருக்கிறேனே

133.
தொன்மங்கள் நிறைந்த
ஒரு தொல்குடி சமூகத்தில்
ஏழே ஏழு கொடையாளிகளே
இருந்தார்களென்பதை நீயுமா
ஏற்கிறாய் கண்ணம்மா?
ஒருவர் தேவையை
மற்றொருவர் உவந்தளித்த
காதலை அக்கணக்கிற்குள்
சேர்க்காமல் விட்டிருப்பதைச்
சிந்திக்கத் தோன்றுகிறது
ஒருவேளை,
அளிக்கப்படுவதே அன்பென்பதால்
கொடைக்கணக்கிற்குள் அதைக்
கொண்டுவரவில்லையோ என்னவோ
மேலும், இருக்கக்கூடிய இருவர்
தமக்குள் அளித்துக்கொள்வதோ
பகிர்ந்துகொள்வதோ
காதல்கொடையென்று
காட்டலாமா கண்ணம்மா?

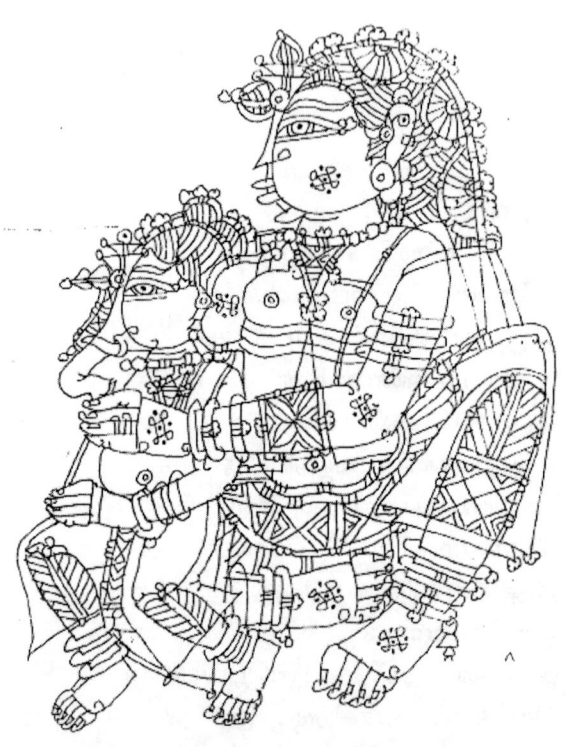

180 ○ பாதாளக்கொலுசு

134.
இடறிவிழுமிடம் காதலாயிருந்தால்
அதிகக் காயங்களிலும்
அழுகை வராதோ கண்ணம்மா?
உடம்பையும் காயமென்று
ஏன் சொல்கிறார்கள்?
காதலால் பெற்றதே அதுவென்னும்
கற்பனைதானே?
இடறிவிழுமிடம் காதலாயிருந்தால்
வலிதரும் காயங்களும்
காதலாகவே கண்ணிவிடுமென்று
கருதலாமே கண்ணம்மா?

135.
இருபத்தியொரு நிலாக்காலங்களை
உன் விழிகளால் கண்டேனென்று
வியக்கமாட்டேன் கண்ணம்மா
இருபத்தியொரு நிலாக்காலங்களையும்விட
வியக்கக்கூடியவையாக
உன் கண்களே இருந்தன என்பதால்
இன்னொருவிதத்தில் சொல்வதெனில்,
இருபத்தியொரு நிலாக்காலங்களிலும்
எனக்கு நீ நாற்பத்தியிரண்டு நிலவுகளைக்
காட்டியிருக்கிறாய்
இனிவரும் நிலாக்காலங்களில்
அக்கணக்கில் என்னுடைய கண்களும்
இணைந்துகொள்ளுமோ கண்ணம்மா?

136.
இரண்டு கற்பாறைக்கிடையே
திடீரென்று முளைவிடும்
ஓர் ஆலங்குருத்து
எப்போதோ பறந்துபோன பறவையின்
கைங்கரியமென்றே நினைக்கிறோம்
உண்மையில், இரண்டு நதிகளுக்கிடையேயும்
இரண்டிரண்டாய்ப் பிளந்துள்ள
நகரங்களுக்கிடையேயும்
ஆலங்குருத்துகள் முளைக்காமலில்லை
என் கவலை, அப்பறவை இறைத்த
ஏனைய எச்சங்கள்
என்னவாயினவோ கண்ணம்மா?
எச்சங்களால் முளைத்த
ஆலங்குருத்துகள்
தம்முடைய மிச்சங்களாக
உன்னையோ என்னையோ
நாளையே நட்டுவைக்குமென்றுதான்
நம்புகிறேன் கண்ணம்மா.

137.
கிழப்பிராயத்தை எய்திய யயாதி
தம்முடைய இளமையை மீட்கப்
பட்ட பாடுகள் கொஞ்சமில்லையே
கண்ணம்மா
இற்றுவிடாத காதலுக்காக
அவன் ஏங்கிய தருணங்களை
நினைக்கும் பொழுதெல்லாம்
நெஞ்சில் பெருகுகிறது நீலநதி
பிராயங்களையும் பருவங்களையும்
கடந்தும்கூட ஒரு மனிதன்
தம் காதலுக்காகக்
கண்ணீரையோ குருதியையோ வடிப்பது
காலம் பலவாகத்
தொடர்ந்தபடி இருக்கிறது
அநாதி காலங்களில் அம்மனிதன்
வடித்தும் வடிக்காமலும்விட்ட
கண்ணீரின் ஒருதுளியே
நாமாகிறோம் கண்ணம்மா.

138.
தேடும் அவசரத்தில்
தொலைத்த இடத்தை
விட்டுவிடுவதுபோலத்
தொடர்ந்து நீயும் நானும்
நம்மைத் தவிர எல்லாவற்றையும்
கண்டடைகிறோம் கண்ணம்மா.
நோக்கம் தேடுவதல்ல,
தேடுவதுபோன்ற பாவனையே.
இன்னுமொரு உண்மை என்னவெனில்,
தேடித் தொலைத்தாலும்
தொலைத்துப் பின் தேடினாலும்
காதல் நம்மை விட்டுவிட்டு
எங்கேயும் போய்விடாது கண்ணம்மா.

139.
ஓர் ஊர்
தம்மை ஊராக அறிவித்துக்கொள்ள
அங்கே சில வீடுகளும்
வீட்டில் சில மனிதர்களும் தேவை.
நீர் நிலைகளும் தோட்டங்களும்கூட
அவ்வூரின் வரைபடத்தில்
வர வேண்டியவை.
அதைவிட, ஓர் ஊர்
தம்மை ஊராக அறிவித்துக்கொள்ள
ஒன்றுக்கும் மேற்பட்ட காதலோ
அக்காதல்களால் விளைந்த சாபங்களோ
தெரிந்தும் தெரியாமலும்
நிகழ்ந்திருக்க வேண்டுமே கண்ணம்மா
ஊரைக் காதலர்கள் மறந்தாலும்
எந்த ஊருமே தம் காதலர்களை
வார்த்தைகளிலேனும்
வைத்திருக்கவே விரும்புகின்றன.

140.
ஒரு மலரை மலராக மட்டுமே
பார்ப்பவர்க்கு அரும்பு, மொட்டு,
முகை மலர், அலர், வீ, செம்மல்
என அதன் பருவங்களைப் பற்றிய அறிவோ
அக்கறையோ இருப்பதாகச்
சொல்ல முடியுமா கண்ணம்மா?
காதலின் நிலைகளும்
பருவங்களும்கூட அப்படியேயென்று
நீயோ நானோ உணர்த்த வேண்டிய
இடத்திலிருக்கிறோம்.
கண்டதும் வந்துவிடுவதாக
நம்பப்படும் அன்பின் நெருங்கங்கள்
இன்றோ நேற்றோ வந்ததில்லை
இப்பெரும் பிரபஞ்சத்தின்
மூலஸ்தானத்திலிருந்து அவை
தொடங்குகின்றன
பல்லாயிர வருடத்திய தொடர்ச்சியில்
எந்தப் பருவத்தில் நாமென்றும்
முழுமையடைவது எப்போதென்றும்
அளக்கக்கூடிய அளவுமானி
நம்முடைய கண்களா, இதயமா என்று
தெரியவில்லையே கண்ணம்மா?

141.
பனஞ்சுவடிகளில் எழுதிய
ஆணும் பெண்ணுமான
பெரும்புலவர்களில் ஒருவர்கூடத்
தங்களைக் கிடத்தி
மேலேறிச்சென்ற காதலைக்
கோபிக்கவோ குறைகூறவோ
இல்லையே கண்ணம்மா
தங்களைத் தாழ்த்தியும்
காதலை வாழ்த்தியுமே வார்த்தைகளை
வழங்கியிருக்கிறார்கள்
தலைவிக்கும் தலைவனுக்குமிடையே
தூதுபோன அவர்கள் தமிழைக்
காலத்தின் நிர்ப்பந்தத்தால்
நீயும் நானும் கண்களால்
தொடர்கிறோமோ கண்ணம்மா?
பின்வருங்காலங்களில்
பேசப்படும் இலக்கியங்களாக
நம்முடைய கண்கள் ஆகக்கூடுமோ
என்னவோ?

142.
அன்பு ததும்பிய கைகளால் தரப்படும்
ஒருகோப்பையில் மதுவிருக்கலாம்
தேநீரோ தீர்த்தமோ இருக்கலாம்
உள்ளேயும் வெளியேயும்
உபயோகிக்கப்படும் தைலங்களில்
ஏதாவது ஒன்றிருக்கலாம்
அல்லது திராவகமாகவோ
தீண்டக்கூடாத திரவமாகவோகூட
இருக்கலாம். எதுவாயிருந்தாலும் அது
அன்பு ததும்பிய கைகளால்
தரப்படுவதால் அத்திரவங்களில்
காதலின் குழைவுகளையும்
காமத்தின் நிறைவுகளையும்
காண முடிகிறது கண்ணம்மா

143.
பழக்கத்தின் அடிமைகளே
நாமெல்லோருமென்கிற பதம்
எங்கிருந்து வந்ததோ கண்ணம்மா
மனிதகுலம் ஆரம்பித்த
முதல் காதலிலிருந்தோ
பிரபஞ்சத்தின் முதல் அடிமை
தம்மைக் காதலுக்கு
உட்படுத்திக்கொண்டதிலிருந்தோ
வந்திருக்கலாம்.
காதலின் அடிமையும்
பழக்கத்தின் அடிமையும்
இருவேறு தன்மையுடையவர்.
எனினும், ஒன்றுமட்டும் தெளிவாகிறது
காதலுக்கோ பழக்கத்திற்கோ
அடிமையாகவே அத்தனைபேரும்
ஆசைப்படுகிறார்கள் கண்ணம்மா

144.
மூடுபனியினால் மறைந்திருந்த
ஒரு சாலையை
முட்டித் திறக்கும் முதல் ஒளியை
நீ உன்னுடைய கண்களால்
பாய்ச்சத் தொடங்கிய தருணத்தில்
பூமியின் பள்ளத்தாக்குகளில் சில
மலைகளாயின
ஆறேழு பெரும் நிலப்பரப்புகள்
அன்று விழுந்த எச்சத்தில்
வனாந்திரங்களாக மாறத் தொடங்கின
மணலற்ற பத்திருபது
கடல் பிரதேசங்கள் நீர்பெருக்கெடுத்து
வெவ்வேறு பெயர்களில்
ஒன்றேபோல் ஓட்டமெடுத்தன
மூடுபனியினால் மறைந்திருந்த
ஒரு சாலையே அவ்விதமெனில்
நானும் என் நினைவுகளும்
என்னென்னவாகினோமென
யாருக்குத் தெரியாது கண்ணம்மா?

145.
பூமியெனும் தாம்பாளத்தில்
அடுக்கப்பட்ட மலர்களென
நிறத்திற்கொரு நினைவுகளால்
நீயும் நானும்
அலங்கரிக்கப்பட்டிருக்கிறோம் கண்ணம்மா
அந்நினைவுகளே மலர்களாகவும்
அம்மலர்களே நினைவுகளாகவும்
மலர்ந்துவிடும் சந்தர்ப்பங்களில்
துர்மணங்களையும் துன்பங்களையும்
காலம் தம்முடைய
கண்களிலிருந்து அப்புறப்படுத்துகின்றன.
உதிர்வுக்கு முந்தைய கணம்வரை
வாசமற்ற ஒருமலர்
காதலால் பெறக்கூடிய வாசங்களை
நினைவுகள் ஏந்திக்கொள்வதும்
நேசம் தானே கண்ணம்மா?

146.

பருப்பொருள்களால் காட்ட முடியாத
அல்லது காட்டவிரும்பாத
அரூபச் சௌந்தர்யங்களே
அன்பின் ஆச்சர்யங்களோ கண்ணம்மா?
ஒற்றைப் பருக்கையில்
பிரபஞ்சப் பசித்தீர்த்த ரிஷிகேசனென
உன் மிகச்சிறிய சொல்லுமென்
உயிரின் வாதைகளை
ஒதுக்கவல்லதோ?
எத்தனையோ கோபியரின்
துகில் களைந்த மதுசூதன நம்பி
களைந்த அந்தத் துகிலையெல்லாம்
திரௌபதிக்குத் தந்ததேபோல்
சின்னதாகவும் பெரியதாகவும்
இதுவரை நான் சேகரித்த
மொத்த காதலையும்
உன் முகத்துக்கு நேர்நீட்டி
முயங்குவேனோ கண்ணம்மா?

147.

ஓர் எளிய மனிதன்
இராசலீலைகளின்
இரகசியத்தைக் கற்கவும்
ஓர் அரசகுமாரன்
எளிய வாழ்க்கையின் ஏமாற்றங்களைக்
கற்கவும் காதலை விட்டுவிட்டால்
வேறெதுவும் இல்லையே கண்ணம்மா
மனிதன் எனும் சொல்
ஆணுக்குரியதெனில் மனிதி எனும் சொல்
பெண்ணுக்குரியது எனவும்
மாற்றிக்கொள்ளலாம்.
இன்னொன்று, ஆழ்ந்த காதலுக்குள்
அகப்பட்ட இதயங்கள்
பால்விகுதிகளை என்றைக்காவது
பார்த்திருக்கிறதா கண்ணம்மா?

148.
கொடுங்கனவுகளைக்
கொண்டாட முடியுமெனில்
அக்கனவுகளைச் சுமந்த கண்கள்
காதலின் வளையத்திற்குள்
வந்துவிடுகின்றன கண்ணம்மா
தவிர, கொண்டாடத் துணிந்துவிட்டால்
கொடுங்கனவுகள் அத்தனையும்
பிரியங்களை நகலெடுத்துப்
பேசவும் தொடங்குகின்றன
இருப்பதெல்லாம் இல்லாமல்போவதே
காதலென அறிந்தவர்கள்,
கொடுங்கனவுகளையும் சுகக்கனவுகளென்றே
சொல்கிறார்கள் கண்ணம்மா
அத்துடன்,
இல்லாமல்போவதாகக் காட்டக் கூடிய
கொடுங்கனவுகளை இதுவரை
எந்தக் காதலால் காண முடிந்தது?

149.

பேருந்தையோ இரயிலையோ
தவறவிட்ட தருணத்தில்
எத்தனிக்காத பதற்றமும் குழப்பமும்
குடிகொள்ளுமே அப்போதெல்லாம்
என்னை நீ உன் சொந்த தேசத்தில்
சுவீகரித்துக்கொள்கிறாய் கண்ணம்மா
எங்கிருந்து எங்கே போகிறோமென
திட்டமிடுதல்தாம் பயணத்தின்
அடிப்படையென்றால்
ஆகக் கடைசியில் நாமிருவரும்
காதலையே சேருவோமென்று
மரணத்திற்குத் தெரிந்திருக்குமா
கண்ணம்மா?

150.
நெல்லெனில்
உமியுண்டு என்பதுபோல்
அன்பிலும் சில ஆகாதபகுதிகள்
இருக்கின்றனவா கண்ணம்மா?
விஷயம் என்னவென்றால்
அவை ஆகாத பகுதிகளென்று
அன்பிற்குத் தெரிவதில்லை
அப்படியே தெரிந்தாலும்,
அவற்றைக் காப்புக்கேடயமாகக்
காதல் உணர்கிறது.
ஆகாயக் கொட்டகையுள்
அடைபட்ட உயிரினங்களில்
ஆகாத பகுதிகளென்பவை
அன்பற்ற நிமிடங்களா கண்ணம்மா?